Ang Kapangyarihan ng Kanyang Pag-ibig

At Iba Pang Kuwento

PERCIVAL CAMPOAMOR CRUZ

Panauhing Kuwentista

ALBERTO SEGISMUNDO CRUZ

AUGUSTO DE LEON

HAROLD INACAY

Published, 2012
Los Angeles, California
U.S.A.

Percival Campoamor Cruz

Pasasalamat sa arabianbusiness.com

Percival Campoamor Cruz

Paghahandog

Inihahandog ang aklat na ito sa mga bagong bayani ng Filipinas, ang mga overseas workers. Sila ang mga may natapos sa pag-aaral na nangibang-bayan upang doon maghanap ng ikabubuhay kahi't na hamak ang trabaho. Sila ang mga teachers na namasukan bilang yaya o katulong sa ibang bansa. Sila ang mga inhenyero, accountant, at laborer na nagtayo ng mga high-rise at boulevards sa Gitnang Silangan. Sila ang mga tatay at nanay na tiniis ang pagkakahiwalay sa familia sa layuning mapaaral ang mga anak. Sila ang inaasahan ng gobyerno na panggagalingan ng dolyar na makapagtatangkilik sa ekonomya.

Percival Campoamor Cruz

Pasasalamat

Kay Lilian, Amanda at William, Sebastian at Julian, Miki, Omar.

Copyright

Publisher

Kaibigan Books

Disclaimer

Stories and views expressed by the author are his own and do not necessarily reflect the editorial position of this publication or of the publisher or printer. Kaibigan Books does not knowingly publish false information or infringe on the author's copyright and may not be held liable for such and for the views of the authors exercising their right to free expression.

Mga Kuwento

Percival Campoamor Cruz

Ang Kapangyarihan Ng Kanyang Pag-ibig

Ni Percival Campoamor Cruz

Overseas worker si Manuel sa Saudi Arabia. Dalawang taon na siyang naka-destino doon bilang accounting clerk ng isang malaking korporasyon.

Sa ibang bayan nakatatagpo ang mga taga-Filipinas ng higit na magagandang kapalaran kaysa makikita sa sariling bayan. Kakaunti ang pagkakataon at mahirap na umunlad sa sariling bayan.

Isa sa maraming Pilipino si Manuel na sa ibang bayan nakahanap ng maayos na ikabubuhay. Naisipan niya na mangibang-bayan at nang mapabilis ang pag-iipon ng perang pangkasal, pati na ang pambayad sa upa sa isang karaniwang tahanan, sapagka't ibig na niyang lumagay sa tahimik, na mapakasal kay Leonor, ang limang taon na niyang kasintahan. Masakit man sa kanyang kalooban ang mapawalay kay Leonor at ang mapalayo sa kanyang mga magulang at kapatid, nagpasiya si Manuel na magtrabaho at magtiis kahi't na kung saang lupalop ng mundo siya makarating.

Mahusay na empleyado si Manuel. Matalas ang kanyang ulo at masipag. Bukod-tangi, isa siyang nilalang na tunay at buo ang relasyon kay Hesu Kristo.

Madasalin siya at mapagbasa ng Bibliya. Dala, marahil, ng marubdob niyang paniniwala sa kapangyarihan ng Diyos, nakapanggagamot si Manuel sa mga maysakit.

"Pastor" ang tawag sa kanya ng mga kasamahan sa trabaho. Naaangkop na bansag sapagka't sa tuwing magsasalo-salo sila o may ano mang pagtitipon ay siya ang namamahala sa pagdadasal ng pasasalamat sa Diyos. At sa ibang pagkakataon naman ay binabasahan niya ng Bibliya at binibigyan niya ng gabay ang kanyang mga kasamahan.

Kung may nagkakasakit at lumalapit sa kanya upang magpagamot sa pamamagitan ng dasal, tinatanggap ni Manuel, sa loob ng kanyang pamamahay, ang ganoong mga nangangailangan ng tulong.

Maraming bawal sa Saudi sa dahilang naiiba ang kultura at relihiyon ng mga tao doon. Kinailangang makibagay sina Manuel at ang kanyang mga kasamahan sa naiibang kaugalian at nang sila ay hindi mapasama.

Bilang halimbawa, ang lalaki doon ay hindi maaaring makipag-usap sa babae, o di kaya ay makitang may kasamang babae sa lansangan, maliban na lamang kung ang babae ay ang kanyang asawa.

Ang mga babae ay nagsusuot ng itim na itim o di kaya ay puting-puting damit na sa luwang at haba ng materyales ay nababalot ang buong katawan nila, maging ang mukha. Ang bahagi lamang na walang takip ay iyong sa harapan ng mga mata. Sa ganitong paraan ay naiiwasang maging tukso ang katawan ng babae.

Bawal kumain ng baboy. Bawal uminom ng alak.

Kung kakain ng baboy o iinom ng alak, ginagawa iyon sa loob ng sariling pamamahay.

Pinaka-matindi sa lahat ng bawal ay ang paghahayag sa salita ni Hesu Kristo, ang pagbasa sa Bibliya, o ang pagdiriwang ng mga ritwal na pang-Kristiyano sa harap ng publiko, upang makaakit ng mga disipulo. Naniniwala ang mga Muslim kay Hesu Kristo bilang profeta at pinapayagan ang mga Kristiyano na sumamba sa kanilang simbahan; nguni't ang gawaing pagpapalaganap ng Kristiyanismo ay tuwirang paghamon sa paniniwala nila.

May gumagala sa paligid na mga kawani ng religious police na ang katungkulan ay ang mag-abang at manghuli ng mga lumalabag sa mga kautusan at kaugalian ng relihiyong Islam.

Kaiingat din sa mga karaniwang mamamayan na maiinit ang mata at pakialamero na nagsusumbong sa mga pulis kapagdakang may nakita silang lumalabag sa mga kautusan.

Hindi lingid sa kaalaman ni Manuel na sa Saudi ay bawal ang magturo at magpalaganap ng ibang relihiyon, bukod sa Islam. Ang parusa sa paglabag sa nasabing kautusan ay ang malagim na kamatayan sa pamamagitan ng pagpugot sa ulo.

Kung kaya't si Manuel ay maingat na ginagampanan ang kanyang pagiging "pastor" at nagtuturo at binabasahan ng Bibliya ang mga kasamahan, tuwing araw ng pangiling, doon lamang sa loob ng kanyang pamamahay.

Sa Maynila ay waitress si Leonor sa isang sikat na Chinese restaurant. Maganda siya. Katamtaman ang taas, kayumanggi, mahaba ang buhok, at ang katawan ay busog sa pagmamahal. Hindi nakapagtataka na umibig sa kanya si Manuel.

Bagay silang dalawa. Masasabing guwapo si Manuel, kahi't na siya ay may kaitiman. Tama lamang ang taas niya; hindi matangkad, hindi rin mababa. Matipuno ang kanyang pangangatawan, mapuputi at malulusog ang ngipin, at palaging may ngiti sa mga labi. Makatawag-pansin ang dimples niya sa magkabilang pisngi.

Nagkakilala ang dalawa sa isang prayer meeting sa Makati na kapuwa nila dinaluhan. May magandang tinig si Leonor. Sa mga nasabing prayer meetings ay madalas na si Leonor ang nangunguna sa pag-awit ng mga himno. Sa kadalasan ng pagkikita nila, at palibhasa ay magkalapit ang kanilang mga bahay na inuuwian sa Quezon City, naging laging magkasabay sa pag-uwi sina Leonor at Manuel. Naging malapit sila sa isa't isa; hanggang sa dumating ang araw na nakapaglakas ng loob ang binata at naipagtapat sa babae ang kanyang paghanga at mataimtim na pag-ibig. Sinagot naman siya ni Leonor ng isang matamis na, "Oo".

Isang araw ay may lalaking pumasok sa restaurant upang kumain. Si Leonor ang sumalubong.

"Manuel, bakit ka narito?" Gulat na gulat na salubong ni Leonor sa lalaki.

"Ah, e . . ."

"Hindi, bale. Mamaya mo na ipaliwanag. Siguro gutom na gutom ka na. Umupo ka at dadalhan kita ng pagkain."

Sa kusina ay ibinalita na ni Leonor ang pagdating ni Manuel. Ang lahat ay nagsigawan ng "Welcome, Manuel" at nagalak sa magandang sorpresa. Hindi mailarawan ang kaligayahan at pananabik ni Leonor.

"Uy, may ka-loving loving na si Leonor," biro ng mga kaibigan.

Habang nakaupo at kumakain ang lalaki ay di mapigil ni Leonor ang yakapin siya at halikan sa pisngi, sabay bulong, "Magpapaalam ako sa aking boss, at nang makasabay na ako sa iyo sa pag-uwi."

Walang tigil ang kuwento ni Leonor. "Magugulat tiyak, pero matutuwa, si Inang. Palagi ka nga niyang kinukumusta sa akin. Bakit hindi ka muna tumawag sa telepono?"

Nakakain ang lalaki at pagkakatapos ay nagbayad na at tumayo sabay nagpasalamat sa manager.

Sa may pintuan ng restaurant ay nag-aabang na si Leonor at handa nang lumakad. Inabot niya ang kamay sa lalaki at lumakad sila na magkahawak ang mga kamay.

"Sinorpresa mo ako nang husto, Manuel. Bakit di ka nagsabi na ikaw ay uuwi?"

"Mangyari ay . . ."

"Hay naku, Manuel, pinaligaya mo ako!"

Kinawayan ng dalaga ang isang taxi driver. Hinatak ang lalaki na sumakay na at sila'y mabilis na inihatid ng driver sa patutunguhan.

Sa kasabikan ni Leonor ay siya na ang nagbigay ng direksyon sa driver. "Sa Golden Gate sa Pasig, mama." At habang nasa taxi ay walang tigil ang himas at satsat ni Leonor.

"Siguro ay marami ka nang naipon at tayo'y pakakasal na. Sasabihan ko ang ating mga kaibigan. Kanino ko kaya ipatatahi ang trahe de boda?"

"Saan mo nga pala iniwan ang mga bagahe mo? Hindi, bale, mamaya na natin pag-usapan".

Sa Golden Gate Motel, sa loob ng malamig na silid, ay nagkaroon ng pag-iisa at katahimikan ang magsing-irog na matagal nang hindi nagkikita. Nag-aapoy ang damdamin ni Leonor. At ang lalaki na sa una'y maligamgam lamang ang pakiramdam, sa gayong pagkakataon, ay hindi maaaring hindi mag-init na rin sa pananabik. Nilinggis niya sa yakap ang babae at binigyan siya ng maiinit na halik.

Maya-maya, sabi ni Leonor, "Hintay muna." At siya ay naghubad ng damit. Pagkakatapos ay hinubaran ng damit ang lalaki. Inakay niya siya patungo sa bathroom.

At doon ay nagsalo sila sa paliligo sa ilalim ng dutsa na nagsabog ng maligamgam na tubig sa kanilang mga nagbabagang katawan.

Di nagtagal at itinanghal sa gitna ng malambot na kutson ang pag-iibigan ng isang Eba't isang Adan na kapuwa punung-puno ng pananabik, panggigitil, at pagkawala sa sarili. May malaking salamin sa kisame, sa tapat ng kama, at ito'y ang naging natatanging saksi sa pagtatalik ng nag-iibigan.

Napakakinis ng balat ni Leonor. Nagpasasa ang lalaki sa paghaplos at paghalik sa katawan ng babae. Si Leonor naman ay maligayang pinisil-pisil ang matipunong braso, dibdib, at likod ng lalaki.

Ang diwa nila kapuwa ay naglakbay patungo doon sa dulo ng kalawakan, sa pinakarurok ng kaligayahan, na kung saan sukdulan ang mararamdamang kasiyahan at katubusan.

Tila lasing ang lalaki at labas-pasok ang katuwiran sa kanyang isipan. Ang nagaganap ba ay katotohanan o guni-guni? Ginugunita niya ang simula ng kanilang pagkikita noong araw na iyon at tinutunton niya ang bawa't isang hakbang na nagdala sa kanya sa kasalukuyang kinahahantungan. Di siya makapaniwala. Nasabi na lamang sa sarili, "Hindi ko maintindihan kung paano ako napasok sa ganitong kalagayan, nguni't di bale; Leonor, Leonor, kay ganda mong nilalang! Nakababaliw ang iyong bango at kariktan!"

Sa paghaplos sa katawan ng lalaki ay napansin ni Leonor na ang tato ni Manuel sa likod, sa gawing kaliwang paypay, ay wala. Tumakbo nang mabilis sa kanyang isipan: "Marahil ay ipinabura niya. Baka bawal sa Saudi ang tato. Mamaya ko na siya tatanungin." Sa pagkakataong iyon ay di mahalaga ang pangungusap. Di mahalaga ang paliwanag.

Mabilis ding sumagi sa isipan ng babae ang kasal.

Mamaya ay pag-uusapan namin kung kailan idadaos. May dala kaya siyang singsing pangkasal? Sinu-sino ang aming magiging ninong? Paano ang trahe de boda? Ipatatahi ko ba o bibilhin na yari na . . . At sa pagkakataon ngang iyon na panginoon ang pananabik at ang pagpapalaya sa mga nag-iinit na damdamin sa loob ng katawan ay naging lapat ang mga labi ng dalawa at ang nangusap ay ang kanilang mga yakap, haplos, at halik sa isa't isa.

Samantala, sa mismong oras na si Leonor ay nagtatamasa ng walang maliw na kaligayahan sa paraiso ng pag-ibig, sa Saudi Arabia, sa kainitan ng tanghali, sa gitna ng isang plaza, sa harapan ng isang malaking pulutong ng manonood, ay may isang lalaking nakabalot sa isang itim na kasuotan na akay-akay sa magkabilang panig ng braso ng dalawang guwardya. Sa isang nahirang na lugar ay huminto sa paglalakad ang pangkat. Pinatigil at pinadapa ang nakasuot ng itim na ang ulo niya ay nakakatang sa isang malaking bilog na kahoy na tila tadtaran.

May mga Pilipino sa nasabing pulutong ng manonood. "Ano ang kanyang nagawang kasalanan?" tanong ng isa sa mga manonood sa kanyang kasama.

Karaniwang bago maganap ang isang pagpugot ng ulo, may pina-iikot na sasakyan ang mga maykapangyarihan, na sa pamamagitan ng loudspeaker, ay inihahayag sa madla ang magaganap na pagpapataw ng parusa sa isang kriminal.

Sa pagkakataong ito ay hindi mawatasan ang kalatas sa dahilang magaralgal ang tunog ng loudspeaker.

Nagbubulungan ang mga magkakasama.

"Nagkamali siya sa pagiging matulungin. Iyong batang maysakit na ibig niyang pagalingin sa pamamagitan ng dasal ay hindi Kristiyano kundi anak ng mag-asawang Muslim. Hindi gumaling ang bata; bagkus ay lumubha pa ang karamdaman at namatay. Isinisisi sa kanya ang pagkamatay ng bata."

"Mabilis ang paglilitis. Napakabilis ng mga pangyayari. Dinakip siya, ikinulong, at hinusgahan kaagad na may sala.

"Kaawa-awa naman!"

"Pilipino ba, pare?"

Itinatago ng pupugatan ang kanyang leeg. Ang mga ganitong pupugutan ay pinaiinom ng gamot na pampakalma. Malagihay na ang pakiramdam ng tao. Wala nang takot. Hindi na makapalag. Hindi na makasigaw. Nguni't ang taong ito ay umuusal ng dasal at pinaiikli ang leeg at nang hindi ito kaagad mapuntirya ng berdugo.

Ibig niyang tapusin ang kanyang dasal: "Panginoong Hesu Kristo, Ikaw ang Panginoon sa buong universo; mamamatay ang aking katawan, nguni't mabubuhay ang aking espiritu, sasama sa Iyo, Panginoon, sa Iyong Kaharian. Alay ko sa Iyo ang aking buhay."

Bago, gamit ang natitirang lakas at sandali, isinigaw ng tao ang kanyang huling panambitan. Bago bumagsak ang matalas na espada sa kanyang batok, nabitawan ni Manuel ang ganitong pangungusap: "Leonor, pinaka-iibig kita!"

Sa mabilis na sandali, si Manuel ay pinugutan ng ulo ng berdugo. Parusa ito, kaparusahang kamatayan, sa kasalanang pagpatay sa isang batang wala pang kamalayan, at sa pagkakalat ng Kristiyanismo sa lupain ng Islam na labag na labag sa paniniwala at pag-uutos ng relihiyon ng bansang pinili niyang maging bansa ng bagong pag-asa.

Percival Campoamor Cruz

Walang Matuwid Ang Digmaan

Ni Percival Campoamor Cruz

Kung manunumbalik sa alaala ang mga pangyayaring naganap noong sumisiklab ang Vietnam War, mapagkukuro na yaon ay isang digmaang walang katuturan. Biyak ang bansang Vietnam noon. Ang Norte ay Komunista samantalang ang Timog ay isang Demokrasya. Dahil sa pangangamba, ang Estados Unidos ay nasangkot sa hidwaan ng Norte at ng Timog. Naniwala ang mga mga may kapangyarihan sa Washington na kung babagsak ang Timog-Vietnam sa kamay ng mga Komunista ay isa-isa at sunud-sunod na babagsak rin ang mga karatig na bansa gaya ng Cambodia, Laos, Thailand at iba pa, kawangis ng mga natutumbang tisa ng domino. Ipinadala ng Estados Unidos ang kanyang sandatahang-lakas sa Vietnam upang tulungan ang sandatahang-lakas ng Timog-Vietnam sa pagtatanggol sa Demokrasya, sa paghaharang sa pag-usad ng mga Vietcong (sandatahang-lakas ng Komunista sa Norte) patungo sa Timog. Sa gayong kaparaanan, ang maliit na sigalot sa pagitan ng dalawang panig ng Vietnam, dahilan sa pangangamba, ang maliit na mitsa, ay sumabog at kumalat, naging pinakamalaking digmaan sa mundo pagkatapos ng World War II. Nasangkot ang maraming bansa, pati na ang Filipinas, sapagka't ang mga ito'y kumampi sa Estados Unidos at nagpadala ng "contingent forces" upang tumulong sa "pakikipaglaban sa Komunismo".

Naging mabangis at malupit ang digmaan. Hindi magapi ng Estados Unidos ang mga Vietcong. Mainit, maalinsangan at magubat ang larangan; hindi sanay ang mga kawal ng Estados Unidos sa ganoong kalagayan. Bihasa sa "jungle warfare" ang mga Vietcong at armado sila ng mga sandatang malalakas galing sa Komunistang Rusya. Maraming sundalo ng Estados Unidos ang nangamatay, nangapinsala at nangasira ang ulo dahilan sa tindi ng hirap.

Kung naging mabangis at malupit ang mga Vietcong ay ganoon din ang mga sundalo ng Estados Unidos. Maraming nayon ang sinilab nila at napatay nila ang maraming mga walang kamuwang-muwang na mga bata, babae, at matanda na hindi naman kasali sa labanan. Sa huli ay gumamit pa ang Estados Unidos ng "napalm bomb" at "agent orange" na kasing-bagsik ng "atomic bomb" ang hagupit na noong World War II ay ibinagsak sa Hiroshima at Nagasaki.

Nagimbal ang mundo. Naantig ang damdamin ng mga mamamayan. Sigaw ng mga kontra sa Vietnam War:

"Walang katuturan, walang katuwiran ang digmaan!"

"Estados Unidos, huwag maki-alam sa Vietnam!"

"Itigil ang pagpatay ng mga bata!"

Sa Estados Unidos ay kumalat ang mga protesta. Sa Kent State University ay napatay ng mga pulis ang anim na estudyante na nagpo-protesta laban sa pakikialam sa Vietnam. May mga dating sundalo na sila mismo ay di sang-ayon sa gera. Binagabag sila ng kanilang mga konsensiya sa dami ng mga walang malay na bata at "civilians" na kanilang napatay sa labanan sa Vietnam. Ang mga "Vietnam veterans" na ito'y sumanib sa mga protesta. Sa harap ng mga "TV news cameras" ay itinapon nila ang kanilang mga medalya na nakamit sa pakikidigma, bilang simbolo ng kanilang galit at pagkawala ng galang, sa gobyerno-militar ng Estados Unidos.

Sa maraming larawan ng digmaan na nakita ng buong mundo sa pahayagan at sa TV, pinaka-tanyag at pinaka-nangungusap ang retrato ng isang batang babae na ang damit ay halos nahubad na sanhi ng init na galing sa "napalm bomb". Tumatakbo siya sa isang lansangan, kasunod ang isang tila nakababatang kapatid na lalaki. Sa kanilang mga mukha ay makikita ang sindak, ang hapdi, ang nabibinbing kamatayan.

Si Robert Thompson ay lumaban sa Vietnam. Magdadalawampung-taong gulang siya nang mapa-destino sa nasabing gera sa Vietnam.

Minsang ang kanyang tropa ay nagmamanman sa kabukiran ay napalapit sila sa isang pangkat ng mga magsasaka na nagtatanim ng palay. Sa kanilang kasuotan ay matitiyak na ang mga nasa pitak ng palayan ay mga magsasaka nga, mga babae't lalaki, na ang mga ulo ay natatakpan pa ng salakot – sombrerong yari sa buli at kawayan. Nang ang mga sundalo ay nakarating na sa may harapan ng mga taong nagtatanim, ang mga magsasaka ay naglabas ng mga sandata at pinaputukan ng AK-47 at hinagisan ng granada ang mga sundalo. Sila pala'y mga Vietcong! Nakipagpalitan ng putok si Thompson at ang kanyang pinamumunuang tropa. Nang tumigil ang putukan at pinadpad na ng hangin ang usok ay tumambad sa paningin ni Thompson ang sabog-sabog na katawan ng mga Vietcong; at ang kanyang mga kasamahang sundalo. . . sila ri'y nagkaluray-luray sa tama ng bala. Siya lamang at ang isang kasamahan ang natira. Dumating ang Huey helicopter ng Estados Unidos at inilikas ang dalawang nakaligtas sa kamatayan. Dahilan sa kanyang kabayanihan at pagkakasalanta sa gera ay nakatanggap si Thompson ng karangalang Purple Heart Medal.

Mahigit pitong-pung taong gulang na si Thompson. Nang iwan niya ang buhay-militar ay nagpundar siya ng isang negosyo na sa tagal ng panahon ay lumaki naman at naging matagumpay.

Kamakailan lamang ay nakaramdam si Thompson ng pananakit sa dibdib at tila nahihirapan siyang huminga. Nagpatingin sa doktor si Thompson at ang kinalabasan ng pagsusuri – may kanser siya sa baga.

Hindi nagsisigarilyo si Thompson. Hindi rin nagsisigarilyo ang kanyang asawa. "Saan kaya nanggaling ang kanser?" tanong niya sa sarili.

Dahilan sa epekto ng lason na dala ng "agent orange", di mabilang ang kaso ng kanser, pagkabulag, pagkapilay at marami pang ibang kapansanan, ang naitala na dumapo sa mga mamamayang Vietnamese.

Lumipas na ang mga dekada ay nagpatuloy pa ang masamang epekto ng nasabing lason sa mga tao; maraming bata ang isinilang na bulag, o di makalakad, o may kapansanan o ang mga paa o ang mga braso ay hindi nabuo. Matindi ang epekto ng "agent orange".

Nakalanghap din ang mga sundalong-Estados Unidos, katulad ni Thompson, ng amoy, usok at init ng "agent orange". Malamang na ang kanyang kanser ay dulot ng pagkakabilad sa "agent orange".

May mga sundalo ng Estados Unidos na nahuli at ikinulong ng mga Vietcong. Ipiniit sila na tila mga daga sa loob ng madidilim na lungga. Marumi at mainit ang mga lungga. Di sila pinapayagang magsalita, mag-usap. Ang marami ay inilalagay sa mga "torture chambers" at doon ay pinarurusahan sila. Halimbawa ng parusa ay ang paglalagay sa preso sa isang masikip na silid na nakasindi ang ilaw maghapon at magdamag. Nakatali sa isang silya ang preso at sa kanyang ulo ay paisa-isang pumapatak ang tulo ng tubig. Mahihibang ang sino mang ilalagay sa ganyang katayuan. Walang pag-asang ang taong nasa ganyang kalagayan ay makapagpapahinga o di kaya'y makatutulog.

Sa dakong wakas ng Vietnam War ay halos kalahating-milyong sundalo ng Estados Unidos ang napadala sa bansang nasabi. Humigit-kumulang ay may tatlong milyung tao, sa kapuwa panig, ang nasawi.

Libo ang taga-Timog-Vietnam na inilikas ng Estados Unidos patungo sa Filipinas muna, at pagkatapos, ay sa Estados Unidos, bago bumagsak ang Saigon, ang sentro ng Timog-Vietnam. Isa sa mga mapalad na nilalang na nailigtas ay si Linh Ahn Duong:

Walong-taong batang babae na ang buong pamilya ay nasawi sa gera. May mag-asawang taga-Estados Unidos na umampon kay Linh at siya ay nakapag-aral at nagkaroon ng magandang kinabukasan.

Maganda at matalino si Linh. Makinis ang kanyang balat at mababakas sa kanyang mukha ang gandang magkahalong Vietnamese at French (ang Vietnam ay pinamahayan ng mga Pranses nang mahigit sa isang daang taon; kung kaya't nagkaroon ng dugong Pranses ang marami sa kanila). Naging tigib ng trahedya ang kabataan ni Linh; salamat na lamang at ang masasamang pangyayari, lalo na kung nangyayari sa edad ng kamusmusan, ay lumalabo sa alaala.

Naging doktor si Linh, sa awa ng Diyos, at sa tangkilik ng mga hiram na magulang. At siya'y naging hindi lamang isang doktor, kundi, isang pambihirang doktor. Siya'y "surgeon" na nakatuklas ng paraan kung papaano mahihiwa at lubusang maaalis ang kanser sa katawan. May natuklasan siyang "kulay" na kapagka itinurok sa kanser ay "umiilaw" ito at sa gayon ay nalalaman ng "surgeon" kung alin ang bahagi ng "organ" o "tissue" ang titistisin. Matagumpay na naaalis ang kanser, buo at walang naiiwan, at ang pasyente ay nabubuhay at naililigtas sa nasabing nakamamatay na sakit.

Nagsanga ang landas nina Thompson at Linh. Nagkadaupang-palad ang bayani ng Vietnam at ang biktima ng Vietnam. Ang Imperyalista at ang Komunista. Ang pasyente at ang doktor. Ang nasa bingit ng kamatayan at ang tagapagligtas.

Inoperahan si Thompson at, gaya ng inaasahan, matagumpay ang operasyon at nalinis at natistis ang lahat ng kanser.

Isang linggo ang lumipas at maaari nang makalabas ng ospital si Thompson. Nang lumipas na ang mga epekto ng gamot at luminaw na ang kanyang pag-iisip ay naunawaan niya na sila pala ng doktor ay kapuwa may nakalipas sa Vietnam. Nagkaroon siya ng pananabik na makausap ang doktor.

"Dr. Linh", at ipinakita ni Thompson sa doktor ang kanyang Purple Heart Medal, "heto ang katibayan na dahil sa aking maliit na pagsasakit ay nagwagi ang Demokrasya sa Vietnam."

"Mr. Thompson", sagot ng magandang doktor, "walang nagwawagi sa ano mang digmaan."

"Nguni't ikaw ay isang halimbawa. Nailigtas ka sa Komunismo at naging doktor," paliwanag ni Thompson.

"Ang kabayaran, Mr. Thompson? Ilang milyong buhay ang nasawi, kasama na ang buhay ng aking mga magulang at kapatid? Ilang bayan, ilang nayon ang nalimas? Ilang daang taon umatras ang kaunlaran sa Vietnam, dahilan sa gera? May nagwagi ba? Umurong ang Estados Unidos sa Vietnam at ang mga Vietnamese ay ipinagpatuloy ang buhay na kanilang nalalaman. Ang Estados Unidos ay Estados Unidos pa rin. Ang Vietnam ay Vietnam pa rin. Nagpahirap lamang tayo sa isa't isa sa sampung mahahabang taon ng labanan, dala ng pakikialam sa buhay ng may buhay," walang kagatol-gatol na winika ni Dr. Linh.

Idinagdag pa ng doktor: "Mr. Thompson, tingnan mo ang retratong ito."

At tumambad sa mata ng dating sundalo ang retrato ng isang batang babae na ang damit ay halos nahubad na sanhi ng init na galing sa "napalm bomb". Tumatakbo siya sa isang lansangan, kasunod ang isang tila nakababatang kapatid na lalaki. Sa kanilang mga mukha ay makikita ang sindak, ang hapdi, ang nabibinbing kamatayan.

"Ang sabi ng mga 'adopted parents' ko, ako raw ang batang-babae na nasa retrato." Maikling pahayag ng doktor.

Matagal na tiningnan ni Thompson ang retrato. Sinalat-salat ang kinis ng ibabaw nito at tila natutuyo ang kanyang lalamunan. Dahan-dahang nangingilid ang luha sa kanyang mga mata. Tumayo si Thompson mula sa pagkakahiga sa kama ng maysakit at lumakad patungo sa bintana. Binuksan niya ang bintanang-salamin at nilanghap nang malalim ang sariwang hangin na sumalubong sa kanyang mukha. Kipkip sa kanang kamay ang Purple Heart Medal, biglang inihagis niya ang karangalan sa kalawakan sa labas ng bintana.

Bumaling sa doktor at sa tinig na nabibyak dahilan sa mabigat na damdamin ay sinabi niya, "Ikaw na naging biktima ng aking 'kabayanihan' ang nagligtas sa aking buhay. Ang sa akala ay inililigtas ko ay siyang naging tagapagligtas. Ang naging ulila, sa halip na gumanti, ay tinulungan ang kaaway. Tama ka, Dr. Linh. Walang matuwid ang digmaan."

Pasasalamat sa travelvivi.com retrato ng Maracana sa Brazil at
http://www.guardian.co.uk/world/2011, retrato ng mga tao.

Percival Campoamor Cruz

Rapture

Ni Percival Campoamor Cruz

"Pupunta tayo sa prayer rally, anak. Malapit nang mangyari ang Rapture. Magkikita-kita tayong muli ng yumao mong ama."

Heto ang sabi ni Aling Raymunda, matapos mabasa, ang iniuwing papelito ni Perla. Isinasaad sa papelito na ang pagdalo sa prayer rally ay libre at gaganapin ito sa malaking football stadium. Magsasalita sa prayer rally ang sikat na televangelist na si Rev. Marshall Murray.

Ang malaking kaganapan ay gagawin nang sabay-sabay sa iba't ibang football stadia sa buong mundo; ang bawa't isa sa ilalim ng pangangasiwa ng isang televangelist na kasapi ng pandaigdig na samahan ng mga born-again-Christians.

Itinatakbo rin sa radyo at TV ang paalaala tungkol sa prayer rally. Inaasahan na daang-daang-libong tao ang dadalo. Ang isang football stadium ay maaaring maglaman ng humigit-kumulang sa animanapung-libong tao.

Narinig ni Wlliam Evans ang balita sa radyo at nagpasiya siya na dadalhin ang buong pamilya sa prayer rally. Isa siya sa mga sundalo na lumaban sa gera sa

Iraq at nakabalik nang buhay. Sanhi ng kanyang marubdob na karanasan sa gera ay lalo siyang nagtiwala sa kapangyarihan ng dasal, ng pagkakaroon ng tiwala kay Hesu Kristo.

Dadalo si Darlene at isasama ang anak na ang buhay ay may taning na dahilan sa pinsala ng kanser sa kanyang katawan.

Tiyak na sasama sa prayer rally si Leonor na ang kasintahan ay napugutan ng ulo sa Saudi Arabia sa dahilang siya ay napatunayang nagkasala sa pagpapalaganap ng Kistriyanismo doon kontra sa batas ng Islam.

Ang "Rapture", ayon sa Bibliya, 1 Thessalonians 4:17, ay ang pagkikita sa alapaap ni Hesu Kristo at ng mga taong ibig niyang iligtas o ilayo sa kapahamakan. Ito ang pangalawang pagdating ni Hesu Kristo sa mundo.

Naging bantog ang 2012 bilang ang taon na kung kailan magugunaw daw ang mundo. May isang televangelist , si Rev. Harold Camping, na humula na Mayo 21, 2012 ang magiging katapusan ng mundo. Dumating at lumipas ang Mayo 21, 2012 at di naganap ang kanyang hula.

Ayon naman sa kalendaryo ng mga Mayas: December 21, 2012 ang katapusan ng isang siglo na binubuo ng 5,125 taon. May planeta na di nakikita na magiging napakalapit sa mundo at lilikha ito ng sari-saring matitinding kalamidad.

Sa Filipinas, nabalita si Maria Lapaz, wawalungpuing bulag na matandang babae, na nagiging medium ng Espiritu Santo. Sabi niya: Darating ang mga UFO upang kunin, isakay patungo sa ligtas na lugar ang mga mabubuting tao. Hindi niya sinabi kung kailan ito magaganap, nguni't malapit na, sabi niya. Ang sakay ng mga UFO ay mga aliens na ang haba ay humigit-kumulang sa limang pulgada (5 inches) at sila ay mukhang palaka.

Sabi niya: May darating na taga-ibang planeta na kasinlalaki lamang ng palakang-Araneta. Marahil, five inches lamang ang height nila. Kukunin nila ang mabuti at isasakay sa kanilang sasakyan. Ang masama, ang nagpapayaman, magpumilit man, ay hindi kukunin. Kaya ang habilin Niya, magpakabuti na tayo. Isang pagkuha lamang. Ililipat sila sa ibang planeta at kapag halos ubos na ang tao dito sa daigdig, saka sila ibabalik.

Malaki ang problema ni Grace sapagka't ang kanyang asawa ay hindi naniniwala sa Diyos at sa ano mang relihiyon. Sinubukan na niya, sa maraming nakalipas na pagkakataon, na isama ang asawa sa simbahan at nang marinig niya ang salita ng Diyos, nguni't tila walang pag-asa ang pagsusumikap na ito.

Physicist si Carl na nagta-trabaho sa Jet Propulsion Laboratory (JPL) sa Pasadena, California. Naniniwala siya na mahirap gunawin ang mundo. Napakalaking fuerza ang kailangan upang ito ay mangyari. Ang probabilidad na ang fuerza na iyan ay nalalapit nang dumating sa mundo ay maliit. Di niya maintindihan ang konsepto ng Diyos sapagka't sa paniniwala niya ay nagsimula ang lahat sa wala, bagama't paano maipaliliwanag ang konsepto ng wala na hindi naiintindihan ang konsepto ng mayroon. Mayroon ba sa simula at sumunod ang wala. O wala ba sa simula at pagkatapos ay nagkaroon? Ano ang nauna: Mayroon o wala. . . Saan sa bahagi ng palaisipang ito pumapasok ang konsepto ng Diyos?

Malalaki ang mga billboards na nagbabalita ng malaking prayer rally sa mga stadia.

"Magbalik kay Kristo!"

"Si Kristo ang Kaligtasan!"

"Magbagong-loob, dumating na si Kristo!"
Hiyaw ng mga billboards.

Nang dumating ang araw ng prayer rally ay dagsa-dagsang tao ang lumabas sa kalsada at tinahak nila ang landas patungo sa mga stadia. Sumikip ang mga kalye at ang mga highway. Nagka-traffic sa maraming lansangan. Naglabasan ang maraming pulis upang tumulong sa pagpapanatili ng kaayusan.

Sa simula ay nagkantahan muna ang mga nagsidalo sa prayer rally sa pamumuno ng mga gospel singers. Mabilis na ang mga tao ay nakadama ng masidhing sigla at pananabik. Libu-libo ang laman ng stadium nguni't iisa ang boses at damdamin ng lahat. Inalis nila sa kanilang pag-iisip ang mga hamon at pasanin sa buhay. Ang bawa't isip ay nakatuon sa pagtatanggap sa salita ng Diyos, sa pagtatanggap kay Hesu Kristo bilang Diyos at Tagapagligtas. Bagama't bawa't isa ay nakadarama ng galak sa kaibuturan ng puso, ang nasabing galak ay payapa at tahimik.

Pumagitna sa entablado ang ministro. Sa tinig na malakas at mapaghamon, isinigaw niya: "Naparito ba tayo upang tanggapin sa ating puso si Hesu Kristo?"

Sagot sabay-sabay ng mga tao: "Amen!"

"Tinatanggap ba natin na si Kristo ang ating Panginoon?"

"Amen!"

"Si Kristo ba ang ating Tagapagligtas?"

"Amen!"

"Si Kristo ba ang simula at ang wakas?"

"Amen!"

"Si Kristo ba ang nagbibigay ng buhay na walang hanggan?"

"Amen"

At habang ang mga tao ay nasa kainitan ng kanilang pagbibigay ng buong katapatan kay Hesu Kristo ay gumalaw ang stadium. Umangat na tila may kapangyarihang humugot dito mula sa pagkakatanim sa lupa. Lumutang ang stadium, lumipad, tumaas sa alapaap, sumibad ng takbo kawangis ng spaceship at nawala sa kalawakan.

Hiyaw nang hiyaw si Grace: "Carl, Carl, ayaw kitang iwan. Nasaan ka, Carl!"

Panatag naman si Darlene at niyakap ang anak, sabay sabi, "Anak, magkakasama na tayo habang buhay; di ka na pipinsalain ng iyong sakit."

Ang mag-anak naman ni William Evans ay magkakayakap at, magkahalo ang damdamin ng tuwa at pagkamangha sa nagaganap, sila'y nagpatuloy sa pagdadasal ng "Ama namin".

Samantala, ang mga naiwan sa lupa at napagmasdan ang paglisan ng mga lumulutang na football stadia na punung-puno ng mga tao, ay nabalot ang mga damdamin ng pagtataka at pagkatakot.

Percival Campoamor Cruz

Ang Kulay Ng Musika

Ni Percival Campoamor Cruz

Ipikit ang mga mata at pakinggan ang musika – may kasaysayang isinasalaysay at inilalarawan ito; may kulay at halimuyak ito, gaya ng tunay na panginorin, o di kaya ng larawang ipininta ng isang artista sa canvas.

Kaya't ang kompisitor at musikero ay tunay na alagad ng sining, maestro ng kagandahan, henyo na bukod-tangi ang galing, matalas ang pandamdam sa mga sari-saring bagay sa kapaligiran, nakikita man ng mata o hindi.

Halimbawa, pakinggan ang "Blue Danube" ni Johann Strauss at "makikita" ang liksi at kasariwaan ng tanyag na ilog na tila ahas na kristal na dumadaloy sa pusod ng gubat. May himig at pilantik ang tubig sa ilog na naitala ni Strauss sa pamamagitan ng nota; na nakaaakit sa nakaririnig na sumayaw at sumabay sa kanyang pagdaloy.

Isa pang halimbawa ang "Autumn Leaves" na nilikha ni Johnny Mercer. Sa pamamagitan ng teklado ng piyano ay naipinta ni Mercer ang malungkot na tanawin ng mga tuyot at kulay-lupa na mga dahon na dahan-dahang nahuhulog mula sa puno at ililipad ng mabining hangin.

Ang isang henyo ay isinisilang na may kakaibang kagalingan kung ihahambing sa karamihan ng nilalang. Siya ay may pambihirang talino, talas, at lihim na siya lamang at ang kanyang Lumikhang Diyos ang nakauunawa. Henyo sina Strauss, Mercer, at Serafin.

Pambihirang tao si Serafin.

Simulan natin ang kuwento nang si Serafin ay nag-aaral pa sa kolehiyo.

Sa karamihan ng mag-aaral sa Kolehiyo ng Sining at Musika sa Pambansang Unibersidad ay umangat sa katanyagan si Serafin dahilan sa ganda ng kanyang boses at galing sa pagtugtog at paglikha ng musika. Pinakamatataas ang kanyang marka sa mga aralin at naging daan ito na mahirang siya bilang pangunahing iskolar.

Naging masugid na tagahanga ng iskolar si Marian, isang estudyante rin ng musika at malimit na kasaliw ni Serafin sa pag-awit sa mga pagtatanghal. Umusbong tuloy na tila maagang buko ng bulaklak ang pag-iibigan nila dala ng kapuwa nila pagkakaroon ng galing at pag-ibig sa sining.

Bagama't magaling at kinikilala ng mga propesor sa husay, mahiyain at hindi palakibo si Serafin, mga katangian na naibigan ni Marian. Ang kalalakihan sa klase ay naaakit lahat sa kahandahan at talino ni Marian. Ang iba ay nagiging malakas ang loob at nagtatapat ng kanilang paghanga sa babae at nag-aalok pa ng kanilang puso at pagiging utusan sa ngalan ng pag-ibig. Nguni't naging mahirap makuha ang pagsang-ayon ni Marian.

Bukod sa galing sa pag-awit, si Serafin ay may galing sa pagtugtog ng ano mang instrumento – gitara, piyano, silindro. Siya rin ay isang makata at kompositor. Nakalilikha siya ng magagandang himig na kanya ring nalalapatan ng matutulaing mga titik.

Kung ihahambing sa mga kalalakihan sa klase si Serafin, bukod sa katotohanang siya ay hindi laki sa yaman o laki sa layaw, hindi makatawag-pansin ang hilatsa ng kanyang mukha. Ang mga kaklaseng lalaki ni Marian ay mga tagapagmana ng mayayamang pamilya na kung pumasok sa eskwela ay de kotseng lahat. Magagandang lalaki sila at mahuhusay magdamit; pangkaraniwang suot nila ang mga damit at sapatos na ang tatak ay mamahalin.

Samantala, si Serafin ay sumasakay sa bus patungo sa eskwela. Malinis at plantsado ang mga suot niyang kamisa dentro at pantalon, bagama't madaling mapansin na ang mga ito ay may kalumaan na. Malimit nga na nahuhuli pa sa klase si Serafin, dahilan siguro sa traffic.

Ang hindi alam nina Marian at mga kaklase ay ang katotohanan kung bakit palaging nahuhuli sa klase si Serafin. Upang makatipid sa pamasahe ay hinihintay niyang dumating sa bus stop ang bus na ang tsuper na nagmamaneho ay ang kanyang tatay. Ang nasabing bus ay dumadaan sa eskwela at naihahatid ng tatay si Serafin na walang gastos.

Si Marian ay anak-mayaman din, katulad ng mga kaklase sa unibersidad. Kung kaya't naiiba si Serafin ay siya lamang ang walang kaya sa buhay sa kanilang magkakaeskwela. Nguni't dahil sa pagpupunyagi ng mga magulang, nakayanan niyang makapag-aral.

Naakit si Marian sa kakaibang pagkatao ni Serafin. Marahil ay may kahalong pagka-awa ang damdamin ni Marian tungo sa lalaki. Wala siyang kisig palibhasa ay mahirap at pangkaraniwan lamang ang anyo. Wala siyang kibo at hindi nakikihalubilo sa mga kaklaseng lalaki sa kanilang mga lakad. Nguni't ang galing niya. Mabait siya. Mapagkumbaba. At tahimik. Mga katangiang may halaga kay Marian.

Nagtapos sa kolehiyo sina Marian at Serafin at nagpatuloy ang kanilang pagkakaibigan kahi't doon sa dako ng panahon na kailangang magsimula na sila ng ikabubuhay. Nagkasundo ang dalawa na sila'y lilikha ng mga kanta, isasaplaka ang mga ito, at hihimukin ang mga istasyon ng radyo na patugtugin ang mga ito hanggang sa sila'y maging paborito.

Nang malaman ng mga magulang ni Marian na ang kanilang anak ay nagkakaroon ng amor sa isang taong mahirap, nagbigay sila ng payo sa kanya: Ang tao ay hindi nabubuhay sa pag-ibig lamang. Isipin mo ang kinabukasan mo, ang kinabukasan ng iyong magiging mga anak. Ayaw mong ikaw at sila ay maghirap sa buhay.

Nguni't ang pagtitiwala ay nanaig sa agam-agam. Kung hindi magaling si Serafin at malakas ang paniniwala sa sarili ay hindi sana magpapatuloy ang paghanga at pagka-akit ni Marian sa kanya. Hindi nakinig sa pangaral ng magulang at sa pagkutya ng mga kaklase, ibinuhos ni Marian ang lahat ng kanyang pagtitiwala at pag-ibig kay Serafin; hanggang sa isang araw ay nagpasiya ang dalawa na magpakasal.

Narinig ng madla ang tamis at taginting ng tinig nina Marian at Serafin. Napatugtog sa radyo ang kanilang mga kanta. Bawa't kanta ay mayaman sa melodiya at magagandang kathang-isip. Naibigan ang kanilang estilo at ritmo. Nabili ang kanilang mga plaka. At sa mabilis na panahon ay naging tanyag at matagumpay ang mag-asawang Marian at Serafin.

Ang buong bayan ay nasisiyahang marinig ang mga awitin at ang madla'y napasasabay sa pag-awit sa tuwing ipinatutugtog ang mga naging top hits:

Bulaklak
Bulaklak sa lungsod-gubat
May lihim na tingkad
Kay hirap matuklas
Kundi ng hangi't ulap

Ikaw'y ligaw na talahib
Matibay, marikit
Lupa'y mainit
lagi kang nakatindig
Ganda't halimuyak
Nasa isip ko t'yak
Kulay at sikat
Lunas sa uhaw at hirap

Dido, dido, dido, dido
Sinabog kang bango
Hoho, hoho, hoho.hoho
Dinig mo ba ako?

Araw
Ikaw'y aking araw
Kay inam na liwanag
Kay sarap na init
Haplos sa 'king balat

Ikaw'y aking sigla
Kislap ng iyong mata
Kulay bahag-hari
Tukso sa guni-guni

Ayaw ko sa dilim
At sa gabing malalim
Yakapin mo ako
Sinta kitang Pebo

Bahag-hari, umaga na!
Ang gintong bukiri'y
bumabati
Nagsulpot ang bulaklak sa palayan
Mga lalaki yapak sa putikan
At sa bukid, daming bisig
ng babae ang naghawan

Kaya pala, abala na ang maraming kaibiga'y,
Panahon na ng gapasan

May bunga ang palay,
May biyaya tayo
May pag-asa ang lalaking
Sa paggawa, nag-alay!

Percival Campoamor Cruz

Nahirang si Serafin na Mang-aawit ng Dekada at pinakamahusay na manlilikha ng musika at awit. Inihambing siya ng mga kritiko sa isang pintor na mahusay na maglarawan ng ganda ng mundo at ng katauhan. Makulay at makahulugan, malarawan at punung-puno ng magagandang pangitain ang kanyang musika.

Nagkaisa ang mga kritiko sa pagsasabing si Serafin ay isang pintor na ang canvas ay katahimikan. Nilagyan niya ng tunog, ng himig, ng musika ang katahimikan; katulad ng paglalagay ng isang pintor ng larawan sa isang canvas.

Paano nagawa ito ni Serafin? Paano niya nailarawan sa musika at kanta ang kulay ng mga bulaklak, ang sinag ng araw, ang ganda ng isang babae, ang lutang ng ulap sa kalangitang asul, ang sayaw ng mga halaman sa hihip ng hangin, ang pagsasaya ng mga kabataan sa bukid, ang lupit ng pamumuhay sa lungsod? . . .

Samantalang si Serafin ay bulag!

Percival Campoamor Cruz

Malulungkot
Ang Country Songs

Ni Percival Campoamor Cruz

Ang nakaraan:

Nawala ang pagkalalaki ni Johnny nang siya ay masabugan ng bomba sa Vietnam, nang siya ay napadala doon, upang makipaglaban sa mga Vietcong.

Nabuhay si Johnny kahi't na naging paralitiko ang kanyang katawan. Bayani siya sa mata ng kanyang pamahalaan. Nguni't naging isa siyang malamig na "buhay na patay" sa mata ng asawa niyang si Ruby. Mahirap na ang isang bata pa at magandang babae ay umasa ng pagmamahal mula sa isang lalaking baluktot at walang pakiramdam, sa isang mistulang bilanggo sa loob ng isang "wheelchair".

Papalubog na ang araw, nagpapaganda si Ruby sa harap ng salamin. Pupunta siya sa bayan upang humanap ng aliw.

"Huwag kang lumabas, Ruby. Ayaw kong ako'y pag-usapan ng mga kapit-bahay," pakiusap ni Johnny sa asawa.

Tila bingi si Ruby. Lumabas ng bahay at walang

pakundangang isinara nang malakas ang pinto ng bahay.

Sabi ni Johnny sa sarili, "Isang daang beses mo na akong binagsakan ng pinto. Kung makagagalaw lamang ako, Ruby, matagal na kitang binaril."

Walang kaginsa-ginsa ay nalinawan ng isip si Ruby. Hindi ipinagpatuloy ang pagpunta sa bayan upang humanap ng aliw.

Bumalik siya sa bahay at marahang isinara ang pinto. Lumapit kay Johnny, lumuhod at humingi ng patawad habang hawak-hawak ang kamay ng asawa.

"Wala kang karamdaman, Johnny. Wala kang kakulangan. Ang pagkalalaki mo, ang tunay na pag-ibig mo, ay nasa puso; wala sa balukot mong katawan. Bayani ka sa aking mata at sa mata ng madla. Paglilingkuran kita at iibigin hanggang ako'y nabubuhay."

Samantala, sa ibang dako ng Amerika, kausap ni Willie sa telepono ang dating asawa:

"Sana'y hindi kita naiistorbo. Napadaan lamang ako at hindi magtatagal. Baka 'kako ibig mong malaman. . . Matataas ang *grades* ni Jeannie sa eskwela. Si Billy naman ay nagiging kamukha mo habang lumalaki. Ang balita ko ay kamukha mo rin ang bago mong anak na lalaki.

"Naisip ko l'ang tumawag at baka ibig mong malaman ang maliliit na bagay. . . Natatandaan mo ba sina Sam at Peg, ating kapit-bahay. Nag-*divorce* din sila katulad natin.

"Ang bahay natin ay giba na, ang tanging nalalabing ari-arian na ating pinagsaluhan. Dadaanan ng bagong *freeway* ang dati nating lupa. Maliliit na bagay, na baka 'kako ibig mong malaman. . ."

Sagot ng kausap:

"Willie, patawarin mo ako. Nagkasala ako sa iyo. Hindi tunay na lalaki si Bert. Pinagsamantalahan lamang ako bago iniwan na parang isang basahan. Gustong-gusto kong bumalik sa iyo at magpanibagong-buhay. Lungkot na lungkot ako na wala ako sa inyong piling na mag-aama.

"Maaari tayong magsimulang muli, di ba? Magpupundar tayo ng bahay muli at pupulutin ang nagkapira-pirasong alaala at matatamis na bahagi ng ating buhay, di ba?

"Damdam ko ay may pag-ibig ka pang natitira sa iyong puso upang ako ay mapatawad at matanggap sa iyong kandugan at tahanan. Kung tungkol sa aking damdamin, ang pag-ibig ko sa iyo ay buong-buo pa hanggang sa ngayon. Nagkamali ako minsan, ipinangangako ko sa iyo, hindi na ako magkakamali pang muli."

Ang unang kuwento ay *country song* ni Kenny Rogers.

Ruby

You've painted up your lips
And rolled and curled your tinted hair
Ruby are you contemplating going out somewhere
The shadow on the wall tells me the sun is going down
Oh Ruby, don't take your love to town
It wasn't me that started that old crazy Asian war
But I was proud to go and do my patriotic chore
And yes, it's true that I'm not the man I used to be
Oh, Ruby... I still need some company

It's hard to love a man
whose legs are bent and paralyzed
And the wants and the needs of a woman your age,
Ruby I realize,
But it won't be long I've heard them say
until I'm not around
Oh Ruby, don't take your love to town

She's leaving now 'cause I just heard
the slamming of the door
The way I know I've heard it slam some 1oo times before

And if I could move I'd get my gun
and put her in the ground
Oh Ruby, don't take your love to town

Oh Ruby.. For god's sake turn around

Ang pangalawang kuwento ay ang *country song* ni Willie Nelson:

Percival Campoamor Cruz

Little Things

I hope I won't disturb you with this call
I'm just in town for such a little while
And I thought perhaps you'd like to hear the news
Jeannie's grades were the highest in the school
Billy sure does look a lot like you
I understand your other son does too
And Billy said tell mom I miss her so
These were some little things
I thought you'd like to know
Remember Sam and Peg who lived next door
With them it seemed we always laughed so much
Well Sam and Peg don't live there anymore
I understand they broke up just like us
The house we lived in now has been torn down
Of all the things we owned the last to go
A freeway now runs through that part of town
These were some little things that
I thought you'd like to know
These were some little things that
I thought you'd like to know

May collection ako ng mga long-playing records ng country songs. Malulungkot ang country songs. Bakit gumanda ang takbo ng kuwento?

Diyaskeng anak kong binatilyo, pinatugtog ng paatras ang kanta nina Kenny Rogers at Willie Nelson!

Pasasalamat sa *Google Images*

Percival Campoamor Cruz

Bombay, Bombay!

Ni Percival Campoamor Cruz

Ang pook namin noon doon sa Santa Cruz, Maynila ay tila United Nations. Lima ang pinto ng accessoria na aming tahanan (hindi apartment ang tawag noon sa mga bahay na dikit-dikit ang dingding kundi, accessoria). Sa amin ang unang pinto, kay Mr. Singh ang pangalawa (Bombay siya), kay Mr. So ang pangatlo (Intsik siya), kay Mr. Delucci ang pang-apat (Italian siya), at kay Mr. Castrence ang pang-lima (Bisaya siya).

Yari sa kahoy ang accessoria. Hindi pa uso noon ang bahay na konkreto. Wala rin itong bakal at aluminum. Ang malalaking bintana sa pangalawang palapag ay may maliliit na bintana sa ilalim nila na maaaring buksan upang papasukin ang hangin kung mainit ang panahon. Wala pang airconditioner noon. Bentilador lamang ang mayroon.

Mula sa bintana sa likod ng bahay, sa pangalawang palapag, ay makalalabas patungo sa yerong bubong. Ang dakong likod ng bahay ay kusina at bodega. Wala itong pangalawang palapag. Kung kaya't ang bubong ay nagiging kulahan ng damit at palaruan ng mga bata.

Maganda ang estilo ng accessoria. Ang estilo ay masasabing may Spanish influence. Ang mga bintana ay may media agua na yari sa yero. Sa paligid ng media agua ay makikita ang magagandang desenyo na inukit sa yero. Tila baga may burda ang yero. Malalaki ang bintana, may mga tabing sila na pinadudulas sa riles ng pasimano kapag binubuksan o isinasara. May mga barandilla sa durungawan. Kahoy ang mga sahig. Kahoy ang mga upuan (muebles). At kahoy din ang mga aparador na lalagyan ng damit. Uso pa noon ang baul na taguan ng kung ano-anong bagay.

Minsang namimili kami ng sapatos para sa akin ay nakita namin si Mr. Singh sa Escolta. Ito ang shopping area noong araw. Kasama ko ang aking tatay at nanay. Malapit na ang pasko. Taon-taon, bago mag-pasko ay ibinibili kami ng bagong sapatos ng mga magulang namin. Isa-isa kaming isinasama sa Escolta at Avenida Rizal at doon naghahanap ng sapatos. Iniisa-isa namin ang mga department store hanggang sa makakita ng sapatos na akma sa aming paa at mura ang presyo.

Nakasuot ng khaki si Mr. Singh at nakabalot ng turban ang kanyang ulo. Gaya ng ibang Bombay, mataas at payat si Mr. Singh. Ang mukha niya ay natatakpan ng balbas.

"Nay, anong trabaho ni Mr. Singh," tanong ko sa Nanay pagkakita kay Mr. Singh. Nakatayo siya na parang estatwa sa harap ng isang tindahan ng alahas.

"Sireno siya," sagot ng nanay ko.

"Ano po iyong sireno?" Kinulit ko ang Nanay.

"Taga-bantay ng tindahan. At nang walang magnakaw."

Ngayon, security guard ang tawag sa sireno.

"Hindi sila natutulog. Nagbabantay araw at gabi," dagdag pa ng nanay ko.

Takang-taka ako. Paano maaaring hindi matutulog ang tao? Ngayong may edad na ako ay naiintindihan ko ang ibig sabihin ng nanay ko. May mga trabaho na pang-araw at pang-gabi. Batay sa pangangailangan ng tao, maaari siyang mag-trabaho nang araw at pati gabi upang kumita ng hustong salapi sa pangangailangan. Kakaunti ang tulog. Hindi naman ibig sabihin na hindi talaga natutulog ang tao.

Minsan ay nagawi kaming muli sa bandang Escolta. Sa pagkakataong ito ay gabi at ang aming pamilya ay may pakay na kumain sa isang pansiteryang Intsik sa Binondo upang ipagdiwang ang kaarawan ng aking nanay. Nakita kong muli si Mr. Singh na nakatayo na tila estatwa, doon din sa harapan ng tindahan ng alahas.

Sa pagkakataong ito ay nakapikit si Mr. Singh.

"Nay, bakit nakapikit si Mr. Singh?"

"Natutulog siya, anak."

"Ano po? Natutulog na nakatayo?"

"Oo anak. Marahil ay pagod na siya sa katatayo at kababantay."

"E bakit po siya hindi umuwi at matulog?"

"Kailangan siyang mag-trabaho, anak."

Tumigil ako sa harap ni Mr. Singh upang pagmasdan ang kanyang ayos.

"Halika na, anak, nagmamadali tayo," ibig akong hatakin ng nanay ko.

"Sandali l'ang." Nakita ko na may nakaipit na sigarilyo sa daliri ni Mr. Singh. May sindi ito at umuusok. Ilan pang sandali ay umabot ang sindi sa kanyang daliri at nagising si Mr. Singh sa pagkakapaso ng daliri.

Sa sandaling iyon ay hinatak ko na ang nanay ko papalayo at nang hindi kami makita ni Mr. Singh.

"Ang may sinding sigarilyo, anak," paliwanag ng nanay ko, "ay paraan ng mga sirenong Bombay na mapanatiling gising ang sarili nila. Dahil sa paso ay nagigising sila kung nakakatulog man."

"Akala ko po ay nakapikit at natutulog. Bakit ibig na magising?" patuloy ang aking pag-uusisa.

"Mangyari ay masisisante ang bantay pag nakita ng kanyang amo na natutulog siya sa trabaho."

Nagkamot na lamang ako ng ulo sa dahilang hindi ko maintindihan ang sinasabi ng nanay ko.

Naaalaala ko na may mga retrato ang nakatatanda kong mga kapatid. Maya't maya ay ipinakikita sa amin ng tatay ko ang mga lumang retrato upang kami ay aliwin. Radyo pa lamang ang libanagan noon. Wala pang TV. Nakita ko sa retrato na ang mga kapatid ko nang bata pa ay may mga yaya – tagapag-alaga, at ang mga ito ay Intsik.

"Tay, bakit Intsik ang mga yaya?" Tatay ko naman ang kinulit ko sa tanong.

"Mangyari, anak, ay sila ang nangangailangan ng trabaho ng pagiging yaya."

"Bakit po walang yayang Filipino?"

"Mangyari ay masagana ang buhay ng Filipino, anak. Di nila kailangan ang trabahong mababa ang uri."

"Hindi po masagana ang mga Intsik?"

"Anak, sa Tsina ay may tag-gutom. Malupit ang mga namumuno. May digmaan pa doon – Intsik laban sa Intsik. Ang mga Intsik na naririto sa ating bayan ay mga dayo. Pumarito sila upang magka-trabaho at magkaroon ng masaganang buhay katulad ng mga Filipino."

Pipitong-taong-gulang ako noon. Siguro ay kalahati lamang ng mga paliwanag ang tunay kong naiintidihan.

Minsan naman ay nanay ko ang aking tinanong. "Nay, bakit ang mga sireno puro Bombay? Walang Filipino?"

"Anak, sa India ay may tag-gutom. Walang kakayanan ang mga namumuno. May digmaan pa doon – Bombay laban sa Bombay. Ang mga Bombay na naririto sa ating bayan ay mga dayo. Pumarito sila upang magka-trabaho at magkaroon ng masaganang buhay katulad ng mga Filipino."

Isang dapit-hapon ay naisipan kong maglaro sa bubungan sa may likod ng bahay sa pangalawang palapag. Malapad at malawak ang lugar na nasabi; hindi nga ba't dikit-dikit ang limang pinto ng accessoria. Ang bubungan ay bubungan ng limang bahay kung kaya't ito ay napakaluwang. Makalalapit din sa likod-bintana ng alin man sa limang bahay sa pamamagitan ng bubong.

Lumapit ako sa likod-bintana ng bahay ni Mr. Singh.

Nakasara ang bintana nguni't may maliit na siwang na maaari akong makasilip.

Hindi pumasok sa trabaho sa oras na iyon si Mr. Singh. Naroon siya sa silid, sa loob ng bahay, at may pinagkakaabalahan.

Nakahubad siya mula itaas hanggang sa ibaba. Noon ko lamang nakita si Mr. Singh na walang suot na turban sa ulo. Ang kapal at ang haba ng buhok niya.

Nasa kama si Aling Doray, asawa ni Mr. Singh na Filipino. Nakahubad din.
Bata pa ako noon at di ko naiintindihan ang nakikita ko. Sumakay si Mr. Singh sa kama, sa ibabaw ni Aling Doray at nagsimula silang magbuno. Nag-aaway

ang mag-asawa! Naisip ko. Ayaw ko nang makita ang mangyayari pa. Umurong ako at mabilis na bumalik sa aming bahay.

Naging nakaaaliw na bagay sa akin, hanggang sa ako ay lumaki, ang pagmasdan at pag-aralan ang mga dayuhan. Bukod sa pagsisireno, ang mga Bombay ay naging tanyag na mangangalakal sa lungsod. Naglalakad sila o di kaya ay sumasakay sa motorsiklo at naglalako ng payong, kumot, kulambo, alahas, damit at kung ano-ano pa. Hulugan ang bayad.

Napamahal sila sa mga Filipino batay sa kanilang sipag, pagiging mabubuting tao, at sa pagtitinda ng hulugan na kapag nagiging napakahaba ng panahon ang pagbabayad ay nagiging "paiyakan", sa halip na hulugan.

Noon ay palaisipan sa akin ang bagay na lahat ng Bombay na nakilala ko ay Mr. Singh ang pangalan.

Minsang si Mr. Singh ay nakausap ko ay tinanong ko siya. "Bakit po lahat ng Bombay Mr. Singh ang pangalan?"

Paliwanag niya – kami ay mga sheik; 'yan ang aming relihiyon. Lahat ng sheik, Singh ang pangalan. Pero may mga pangalawang pangalan kami. Katulad ko, ang pangalawa kong pangalan ay Chawardivajagit."

"Puede po ba, Mr. Singh na l'ang ang itatawag ko sa inyo?" sabi ko.

"Mr. Singh, mahaba pala ang buhok n'yo at may nunal kayo sa kaliwang pigi."

Natigilan si Mr. Singh, nag-isip, bago nagsabi: "Bakit mo alam?"

"Ah, eh, wala po. Naisip ko lamang. Sige, po. Ako'y uuwi na."

Pasasalamat sa NASA

Percival Campoamor Cruz

Nang Tumuntong Ang Paa ng Tao Sa Mukha ng Buwan

Ni Percival Campoamor Cruz

Enero 30, 1969. Kumanta ang Beatles sa huling pagkakataon bilang isang grupo sa bubungan ng <u>Apple Records</u> sa London. Biglaan ang konsyerto na tumagal ng 42 minutos. Pinatigil ng pulis ang walang-permisong pagtatanghal sapagka't sa dami ng taong nag-ipon sa daan ay nagkaroon ng heavy traffic at gulo.

February 5, 1969. Umabot sa 200 milyon ang populasyon ng Estados Unidos.

Marso 2, 1969. Naganap ang pagsasagupa ng <u>Tsina</u> at Rusya sa border sa <u>Zhenbao Island</u>. Ito ang pinaka-seryoso sa iringan ng dalawang bansang komunista tungkol sa teritoryo. Binalak ng Rusya na atakihin ang Tsina sa pamamagitan ng nuclear missiles. Hindi naisagawa ang balak at naiwasan ang isang digmaang pangdaigdig sapagka't ang Estados Unidos ay nagbanta sa Rusya: Magkakaroon ng Third World War kapag inatake ang Tsina. Gaganti ang Amerika at pasasabugin ang Moscow at 129 iba pang siyudad sa Rusya.

Samantala, sa Tsina at Rusya, maraming mamamayan ang walang makain at namamatay sa gutom at sakit. Sa dalawang bansa ay wala ring kalayaan ang mga tao – walang kalayaang magsalita, magdasal, mamili ng hanapbuhay, at bumoto.

Abril 15, 1969. Isang eroplano ng navy ng Estados Unidos ang pinabagsak ng North Korea habang lumilipad ito sa ibabaw ng Japanese Sea. Tatlumpu't isang tripulante ang nasawi.

Abril 28, 1969. Nagbitiw sa pagiging premiere ng Francia si Charles de Gaulle.

February 9, 1969, lumipad sa kauna-unahang pagkakataon ang Boeing 747, ang pinakamalaking eroplano noong panahong iyon.

Marso 2, 1969, ginanap ang unang test flight ng supersonic Concorde.

Hulyo 20, 1969.

Si <u>Gloria Diaz</u>, labing-walong taong gulang, kinatawan ng Filipinas sa Miss Universe Contest; nasa Miami Beach, Florida USA, naghahandang sumagot sa quiz portion ng paligsahan:

Ang tanong: "Kung ang taong galing sa buwan ay doon magla-landing sa inyong bayan, ano ang gagawin mo upang siya ay mabigyan ng magandang pagsalubong?"

Gloria Diaz: "Oh! Uh, gaya rin ng palagi kong ginagawa. Kung galing siya sa mahabang biyahe, palagay ko ay kailangan niyang magpalit ng damit."

Dahilan sa kanyang talino at ganda, si Gloria ang nagwagi ng pangunahing puwesto – Miss Universe ng taong 1969.

Sa kabilang dako, may mga militanteng grupo ng babae na hindi sang-ayon sa mga beauty contests. Walang katuturan! Pagsasamantala sa babae! Sabi nila.

Maria Lorena Barros, dalawampu't dalawang taong gulang, dating coed sa Unibersidad ng Filipinas, ay namundok at sumapi sa National People's Army na kumakalaban sa diktadurya ni <u>Ferdinand Marcos</u>.

Sumama siya sa mga "taga-labas", isang hukbo ng mga kabataan na nagpasiyang lumaban sa galamay ng bulok na pamahalaan sa paraang marahas at "underground". Ang marami sa aktibista ay hindi nilisan ang lungsod at ang pinili na pakikipaglaban ay ang mapayapa at lantarang pakikipaglaban sa kalye kontra sa pamahalaan gamit lamang ang tinig at tapang. Sila ay nasawi – biktima ng malupit na karahasan at pang-aabuso ng militar. Sila'y dinampot, ikinulong, ginahasa, "ti-norture", o di kaya ay "si-nalvage".

Sa pananaw ni Lorena, kailangang lumitaw ang katangian ng bagong <u>Filipina</u>.

"Ang babae ng bagong panahon, ang bagong Filipina, unang-una ay isang militante. . . At sapagka't sa mga siyudad ang pagsali sa mga protesta ay nangangahulugan ng pagmamartsa at pag-ilag sa mga batuta ng pulis, pag-iwas sa mga yari sa likuran ng bahay na molotovs. . . husay sa pagdapa sa lupa kapag ang mga pulis ay nagpapaputok na. . . ang bagong

Filipina ay siyang marunong magdala sa kanyang sarili sa ganyang mga pangyayari sa paraang may dignidad at makakukumbinsi sa mga lalaking kasamahan na hindi niya kailangan ang tulong, paki-usap l'ang.

Ang bagong Filipina ay kayang makisama sa mga nag-ii-strike na manggagawa nang kahi't ilang araw o gabi, pumulot ng dunong sa kanila na hindi niya napag-aralan sa mga eskwelang burgis. . . at higit sa lahat, mahalaga ang nakukumbinsi niya ang kanyang mga magulang na tama ang kanyang pagtulong sa mga manggagawa at magsasaka. . . isang pagtulong na humihingi ng mga husay at katangian na naiiba sa katangian ng pangkaraniwang babae. . . Siya ay isang babae na nakatuklas na may higit na magiting at malawak pa na pananagutan, isang babae na may pangako sa kasaysayan. . . hindi na siya ang babae na pangkasal lamang, kundi isang babae na panglaban."

Ilang taon pa ang lumipas ay napatay ng mga sundalo si Lorena sa isang labanan,

Noong Marso 20 ay sinabi ni Richard Nixon, presidente ng Estados Unidos: "Tatapusin natin ang <u>Vietnam</u> War sa 1970."

Kung manunumbalik sa alaala ang mga pangyayaring naganap noong sumisiklab ang Vietnam War, mapagkukuro na yaon ay isang digmaang walang katuturan. Biyak ang bansang Vietnam noon. Ang Norte ay Komunista samantalang ang Timog ay isang Demokrasya. Dahil sa pangangamba, ang Estados Unidos ay nasangkot sa hidwaan ng Norte at ng Timog. Naniwala ang mga mga may kapangyarihan sa Washington na kung babagsak ang Timog-Vietnam sa kamay ng mga Komunista ay isa-isa at sunud-sunod na babagsak rin ang mga karatig na bansa gaya ng Cambodia, Laos, Thailand at iba pa, kawangis ng mga natutumbang tisa ng domino. Ipinadala ng Estados Unidos ang kanyang sandatahang-lakas sa Vietnam upang tulungan ang sandatahang-lakas ng Timog-Vietnam sa pagtatanggol sa Demokrasya, sa paghaharang sa pag-usad ng mga Vietcong (sandatahang-lakas ng Norte) patungo sa Timog. Sa gayong kaparaanan, ang maliit na sigalot sa pagitan ng dalawang panig ng Vietnam, dahilan sa pangamba, ang maliit na mitsa, ay sumabog at kumalat, naging pinakamalaking digmaan sa mundo pagkatapos ng World War II. Nasangkot ang maraming bansa, pati na ang Filipinas, sapagka't ang mga ito'y kumampi sa Estados Unidos at nagpadala ng contingent forces upang tumulong sa "pakikipaglaban sa Komunismo".

Kim Phuc, Vietnamese, anim na taon siya noong Hulyo 20, 1969. Noong siya ay siyam na taong gulang, noong 1972, siya ang batang nakita ng mundo sa isang retrato na lumabas sa mga pahayagan – isang batang babae na ang damit ay halos nahubad na sanhi ng init na galing sa napalm bomb. Tumatakbo siya sa isang lansangan, kasunod ang isang tila nakababatang kapatid na lalaki. Sa kanilang mga mukha ay makikita ang sindak, ang hapdi, ang nabibinbing kamatayan.

Mary Joe Kopechne, noong Hulyo 18, 1969, sakay ni Sen. Edward Kennedy sa kanyang kotse, nasawi nang ang kotse ay nahulog sa isang tidal channel sa Chappaquiddick Island, Massachussetts. Nailigtas ni Kennedy ang kanyang sarili nguni't si Kopechne ay nalunod. Siyam na oras ang lumipas bago nalaman ng mga pulis ang pangyayari. Dahilan sa eskandalong ito ay nawala ang pagkakataon ni Edward na maging presidente ng America,

Roy Hamilton, sikat na mang-aawit, namatay sa sakit sa puso. Siya ang umawit ng "You'll Never Walk Alone" at "Unchained Melody". Isa siya sa daang-libong nilalang na namatay noong Hulyo 20, 1969 sanhi ng sakit, gutom, krimen, suicide.

Agosto 15-17, 1969. Ginanap ang "An Aquarian Exposition: 3 Days of Peace & Music", sa 240-ektaryang lupa ni Max Yasgur na pastulan ng baka sa Catskills, White Lake, <u>Bethel, New York</u>. Ang music festival ay nakilala bilang Woodstock. Noong weekend na iyon, tatlumpu't dalawang awit at tugtog ng iba't-ibang mang-aawit at banda ang napanood ng kalahating-milyung kabataan. Sabi ng Rolling Stone, ang Woodstock ay isang pangyayari na mahalaga sa kasaysayn ng rock-and-roll. Ipinahayag ng mga kabataan sa pamamagitan ng awit ang kanilang pag-asa na magkaroon ng kapayapaan sa mundo.

Ini-record sa isang silicon disk ang mensahe ng mga pinuno ng iba't ibang bansa at ito'y dala ng mga astronaut – iiwanan nila sa mukha ng buwan.

Ferdinand Marcos, Pangulo ng Filipinas: "The age-old dream of man to cut his bonds to planet Earth and reach for the stars has given him not only wings, but also the intellect and the intrepid spirit which has enabled him to overcome formidable barriers and accomplish extraordinary feats in the exploration of the unknown, culminating in this epochal landing on the Moon."

Mohammad Reza Pahlavi Aryamehr, Shahanshah of Iran: "On this occasion when Mr. Neil Armstrong and Colonel Edwin Aldrin set foot for the first time on the surface of the Moon from the Earth, we pray the Almighty God to guide mankind towards ever increasing success in the establishment of peace and the progress of culture, knowledge and human civilization."

Queen Elizabeth, The Queen of the United Kingdom: "On behalf of the British people, I salute the skill and courage which have brought man to the moon. May this endeavour increase the knowledge and well-being of mankind."

Indira Gandhi, Prime Minister of India: "On this unique occasion when man traverses outer space to set foot on Earth's nearest neighbour, Moon, I send my greetings and good wishes to the brave astronauts who have launched on this great venture. I fervently hope that this event will usher in an era of peaceful endeavour for all mankind."

Hulyo 20, 1969. Tumuntong ang paa ni Neil Armstrong sa mukha ng buwan; at, sa kauna-unahang pagkakataon, ay narating ng tao ang buwan. Kung may salapi, kung may dunong at galing, kung may marubdob na hangarin na marating ang buwan, bakit di muna pagtuunan ng pansin ang mundo, gamit ang mga nasabing kapangyarihan, upang mapawi ang gutom, ang digmaan, ang sakit, ang krimen, ang kawalan ng katarungan at pag-asa?

"Isang maliit na tuntong ng tao, isang malaking hakbang sa buong sangsinukob," wika ni Neil Armstrong na narinig at nakita sa telebisyon ng milyun-milyong taga-mundo.

. . . "Isang malaking hakbang sa buong sangsinukob." Kaya?

Pasasalamat kay Nestor Leynes, "Mag-ina sa Banig"

Percival Campoamor Cruz

Ang Taong Walang Anino

Ni Percival Campoamor Cruz

Sa gabi kung lumabas ng bahay si Samuel; mangyari ay wala siyang anino.

Nang bata pa siya at inilabas ng bahay ng ina upang magpa-araw, natuklasan ng ina na ang bata ay walang anino.

Mula noon ay itinago na ng ina ang katotohanan. Itinago niya ang bata sa loob ng bahay hanggang sa siya ay magkaroon ng hustong gulang.

"Kakaiba ka, anak. Wala kang anino. Ilihim mo ang bagay na iyan sapagka't baka ikaw ay mapahamak. Baka isipin ng madla na ikaw ay isang kampon ni Satanas o isang halimaw . . . at ikaw ay papatayin nila!"

Nangilabot si Samuel sa kanyang narinig. Ibig sabihin ay hindi siya makalalabas ng bahay, hindi siya maaaring makipagkaibigan. Paano siya mag-aaral? Paano siya maghahanapbuhay?

Nagpasiya si Samuel na sa gabi lamang siya lalabas ng bahay at iiwas na mapatapat sa liwanag. Isang gabi ay pinuntahan niya si Tandang Puten, ang arbolaryo.

Sabi niya kay Samuel, "Ayon sa pagkakaalam ko, ang taong walang anino ay anak ng diyablo. Sa iyong kaso, sana naman ay hindi totoo. Panginoon ko, kaawaan ka Niya!"

Mula sa durungawan ay malimit na sinisilip ni Samuel ang mga taong nagdaraan sa kalye sa harapan ng kanilang bahay.

Matiyaga niyang inaabangan ang pagdaan ni Rosanna, ang magandang dalagang-bukid na sa tuwing dadaan ay tila nahihibang siya sa paghanga.

"Kailangan kong makausap si Rosanna, kailangang malaman niya ang damdaming nakukulong sa aking puso. Marahil ay pakikinggan niya ang aking pagtatapat," wika ni Samuel sa kanyang sarili.

Nguni't kasabay ng matinding paghanga at pagkakaroon ng damdaming panglalaki, nangibabaw din ang pagkabahala. "Paano ko bubuhayin ang babaeng tatanggap sa aking pagsinta kung ako'y bilanggo sa loob ng bahay, kung ako'y bilanggo ng isang malagim na lihim? Paano kung malaman niya o ng buong bayan na ako ay isang halimaw?"

Sa katotohanan ay napakabuting tao ni Samuel. Sa halip na pumasok sa eskwela ay binabasa niya sa bahay ang mga aklat na inuuwi ng ina. Lumawak ang kanyang dunong at tumalas ang kanyang pag-iisip sa pamamagitan ng mga librong nababasa at sa mga bagay na napakikinggan sa radyo.

Sa kabaligtaran ng turing ng arbolaryo na ang katulad niya ay maaaring anak ng diyablo, si Samuel ay palabasa ng Bibliya. Nagkaroon siya ng marundob napaniniwala at pagtitiwala sa Diyos.

Araw-araw, gabi-gabi ay sinusuyod niya ang Bibliya, ang Koran, ang mga aklat upang makatuklas ng paliwanag o kalutasan sa kanyang pambihirang kalagayan.

Natuklasan niya sa kanyang pagtatanong at pananaliksik na sa kultura ng Pilipino, ang taong walang anino ay taong walang karangalan, taong walang nagawang mahalaga para sa kapuwa. Mula sa Bibliya at Koran ay napag-alaman niya na ang demonyo ay sa kadiliman kumikilos at nang hindi makita o mahalata ang kanyang mga masasamang gawain at hangarin; kung kaya't ang demonyo ay walang anino.

Psalmo 91:1. "Ang Panginoon ay may anino. Ang Kanyang kamay ay may anino. Ang Kanyang bagwis ay may anino, at hindi Siya nagbabago katulad ng paiba-ibang anino."

Ayon sa Koran: "Isa sa mga nilikha ng Diyos ay si Satanas. Makikita sa tao na ang pagiging maka-lupa ay nananaig at, kay Satanas, na ang katangiang maka-apoy ang nananaig, ang pagkakaroon ng labis na init. Kapag hinukay ang libingan ng tao, ilang taon pagkamatay niya, makikita ang pagiging lupa at ang labi ng kalikasan ay nawala na. Si Satanas ay may pambihirang nag-aapoy na liwanag, kung kaya't wala siyang anino at hindi maaaring makita sa pamamagitan ng mata."

Minsan naman ay natunghayan niya ang kuwento ni Hans Christian Andersen. Isinasaad sa kuwento na ang anino ng isang matalino at mayamang lalaki ay humiwalay sa kanyang katawan. Makalipas ang mahabang panahon ang anino ay bumalik na katulad na ng isang tunay na tao. Naging magkaribal sila sa panliligaw sa isang magandang prinsesa. Pahayag ng anino: Magpapaubaya ako na mapasaiyo ang prinsesa, nguni't magpapalit tayo ng katayuan – ako ang magiging amo at ikaw ang magiging anino!

Ang ikinabubuhay ni Aling Marta, ina ni Samuel, ay ang panghuhula gamit ang baraha. Kung siya ay sadyang may galing sa panghuhula o nagpapanggap lamang ay hindi malinaw. Doon siya nanghuhula sa malaking plaza sa siyudad, sa harap ng isang dinadayong simbahan, na nakilala bilang sentro ng mga manghuhula. Doon nagbibigay ng hula at payo si Aling Marta na kabilang sa malaking pangkat ng mga manghuhula na gumagamit ng baraha o di kaya ay bolang kristal. Parokyano nila ang mga taong may agam-agam tungkol sa kanilang hinaharap.

Hiwalay sa asawa si Aling Marta. Maaga siyang napakasal sa isang dating kapitbahay. Dalawampu't limang taong gulang siya nang magpakasal. Dalawang taon lamang nagsama ang mag-asawa. Paniniwala ng lalaki ay may sira ang ulo ni Aling Marta.

Hindi nagka-anak si Aling Marta at dahil nga iniwan ng asawa ay mahabang panahon siyang nag-iisa. Isang araw ay naisipan niyang ibig niyang magkaroon ng anak. Ayaw na niyang mangulila sa buhay. At dumating nga si Samuel.

Mula sa pagka-sanggol hanggang si Samuel ay magka-isip, ibinuhos sa kanya ni Aling Marta ang bukod-tanging pag-aaruga, pag-aalaga at pagmamahal. Ayaw na niyang mangulilala pang muli. Si Samuel ang tanging ligaya at liwanag sa kanyang buhay. Hindi maaaring iwanan siya ni Samuel sapagka't iyon ay kanyang ikamamatay.

Isang araw, may natagpuan ang mga naglalakad sa kalye na isang katawan. Sa may gilid ng kalye na makapal ang tubo ng damo ay natagpuan nila ang isang babaeng wala nang buhay at sa hinuha nila ay hinalay muna bago pinatay at inihulog ang katawaan doon sa kung saan siya natagpuan.

Ang kinatagpuan ng katawan ay doon sa bahagi ng bayan na kung saan naninirahan si Samuel.

Nag-imbestiga ang mga pulis. Ibig nilang madakip kaagad ang taong humalay at pumatay sa nasabing babae.

Nabatid ng mga pulis, matapos na pag-aralan ang bangkay at magtanong-tanong sa mga taong nakakikilala sa biktima, na ang nasawing babae ay nagngangalang Rosanna – walang iba kundi ang dalagang malimit dumaan sa harapan ng bahay ni Samuel, ang babaeng pinagtutuunan ni Samuel ng isang lihim na pag-ibig.

Sinuyod ng mga pulis ang paligid ng nasabing bahagi ng bayan at inalam nila kung sino-sino ang mga lalaking maaaring may kinalaman sa pagpatay kay Rosanna. Isa si Samuel sa mga lumilitaw na nakakikilala kay Rosanna, isa sa mga binata sa bayan na marahil ay nagkaroon ng kaugnayan kay Rosanna, Napag-alaman ng mga pulis, sa pagtatanong sa mga taga-roon, na si Samuel ay isang taong mahiwaga sapagka't palagi siyang nakakulong sa bahay at sa gabi lamang kung lumabas.

Samakatuwid ay isa si Samuel sa pinagdududahan ng mga pulis. Marahil na siya ang salarin na gumawa ng krimen.

Dinampot ng mga pulis si Samuel at dinala siya sa presinto upang doon ay matanong. Inilagay siya sa gitna ng isang maliit na kuwarto na naiilawan ng isang maliwanag na bumbilya. Pinaupo siya sa isang silya na nasa gitna ng silid at sa kanyang harapan, sa kabilang dako ng mesa, ay umupo ang isang imbestigador.

"Nasaan ka noong mga bandang ala una y media ng Biyernes, Mayo 28?" Simula ng imbestigador.

"Nasa labas po ng bahay." Sagot ni Samuel.

"Hindi ba't ang gaanong oras ay oras ng pagtulog; bakit ka nasa labas ng bahay?" Dugtong ng imbestigador.

Marami ang ibinatong tanong kay Samuel at kahi't na nasasagot niya ang mga katanungan, na walang pag-aatubili sapagka't wala siyang kasalanan, ay pinapawisan pa rin siya dahilan sa nerbiyos at sa alinsangan sa loob ng silid. Mainit din ang liwanag na nanggagaling sa malaking bumbilya na nakatapat sa kanyang ulo at balikat.

Paano niya ipaliliwanag sa mga pulis na bihira siyang lumabas ng bahay kung kaya't hindi siya dapat pagsuspetsahan na siyang pumatay kay Rosanna?

Paano niya ipaliliwanag na siya ay sa gabi lamang lumalabas ng bahay upang maghanapbuhay at mabili ang mga pangangailangan niya sa araw-araw; sa gabi lamang sapagka't iniiwasan niyang masilayan ng liwanag sapagka't siya ay taong walang anino!

Paano niya sasabihin sa mga pulis na siya ay walang anino; kapag nalaman ng mga pulis na siya ay walang anino ay tiyak na ididiin na siya bilang mamamatay-tao sapagka't ang taong walang anino ay kampon ng demonyo, isang halimaw?!

Malapit nang masira ang loob ni Samuel at iniisip na niyang ipaliwanag ang kanyang di pagkakaroon ng anino nang mapansin niya na sa mesa, sanhi ng liwanag na nanggagaling sa bumbilya, ay may isang maitim na anino na ang hugis ay kawangis ng kanyang ulo at balikat. Iginalaw niya ang kanyang ulo at ang anino ay gumalaw din. Itinaas niya at iwinagayway ang kamay at ang anino ay ganoon din ang ginawa.

Sa loob-loob ni Samuel, at taglay ang matinding pagkagulat at pagkalito, sinabi niya sa kanyang sarili: "Panginoon kong Diyos, may anino ako!"

Matapos ang pagsisiyasat sa kanya ay pinauwi si Samuel ng mga pulis bagama't may banta sila na siya'y maaaring tawaging muli o di kaya ay arestuhin kung magkakaroon sila ng matibay na batayan.

Umuwi si Samuel na ang kanyang damdamin ay nababalot ng magkahalong katuwaan at pagkagalit. Natutuwa siya sapagka't siya pala ay may anino. Nguni't nagagalit din siya sapagka't pinaniwala siya ng ina na siya ay walang anino kahi't na iyon ay isang malaking kasinungalingan.

Nguni't di na niya matatanong ang ina. Di na niya maaaring usigin at pagalitan pa siya. Isang taon nang namamatay si Aling Marta.

Ang katotohanan ay naging masamang tao si Aling Marta. Unang-una, ang panghuhula na kanyang hanapbuhay ay labag sa Bibliya at sa turo ng simbahan. Wala siyang galing sa panghuhula at ang mga bagay na inilalahad niya sa kanyang mga parokyano ay puro kasinungalingan lamang. Pangalawa, hindi niya tunay na anak si Samuel. Ninakaw niya ang bata nang ito ay sanggol pa. May isang ina na napabayaan ang sanggol sumandali habang nagpapahula sa plaza ng mga manghuhula. Dinukot ni Aling Marta ang sanggol at itinago sa kanyang bahay.

Maitim ang puso ni Aling Marta, isang tao siyang pangsarili lamang ang iniisip. Kinailangan niya ng kasama sa buhay. Iniwan siya ng kanyang asawa sa paniniwalang siya ay baliw. Tiniyak niya na si Samuel ay hindi siya iiwan magpakailan man. Pinaniwala niya si Samuel na siya (si Samuel) ay taong walang anino.

Percival Campoamor Cruz

Hindi Siya Ang Tatay Ko

Ni Percival Campoamor Cruz

Dumating si Fermin sa buhay ng mag-anak na Santos sa loob ng isang kahon ng sapatos. Ganoon kaliit ang sanggol na inihatid ng isang babae sa pintuan ni Mrs. Santos. Kasisilang pa lamang ang bata ay ipinamigay na ng ina. Hindi malinaw ang dahilan, nguni't mapaghihinuha na ang ina ay isang dalagang naging ina. Ibig niyang ilihim ang pagkakaroon ng anak sa pagkakasala.

Magpipitungpung-taong-gulang na si Mrs. Santos. May pitong anak na lalaki at tatlong anak na babae. Dalawang dosena na ang kanyang apo. Hindi niya kailangang magkaroon pa ng isang sanggol na mangangailangan ng kanyang pag-aalaga sa panahon na siya ay matanda na. Nguni't ano ang gagawin niya kung hindi tatanggapin ang ipinamimigay na bata? Malaking kasalanan sa Diyos ang tumanggi at pabayaan ang isang sanggol na nangangailangan ng kaligtasan. Mababatid sa mga balita ang pagkakatagpo sa mga sanggol na iniiwan sa basurahan o di kaya'y natatagpuang patay na dahil sa kawalang-puso ng mga
ina.

Ang anak na lalaki ni Mrs. Santos na si Paolo ay dalawa na ang anak na babae at siya at ang asawang si Lara ay naghahangad na magkaroon ng anak na lalaki.

Pitong taon na ang lumilipas mula nang isilang ang kanilang ikalawang babaeng anak nguni't hindi pa nasusundan ng pangatlo, na sana ay magiging isang lalaki.

"Bakit hindi ninyo ampunin ang bata?" Tanong ni Mrs. Santos kay Paolo.

"Sinisuwerte ang nag-aampon ng bata. Bubuti ang inyong buhay. Magkakaroon kayo ng anak na lalaki!"

Kagyat ay nagkaroon ng interes si Paolo. Nguni't si Lara ay alanganin. Iniisip niya --- Baka ang bata ay anak ni Paolo sa ibang babae at sina Mrs. Santos at Paolo ay nagsasabuwatan sa pagtatago ng isang maitim na lihim.

Kung anu-ano na ang paraang sinubukan nina Paolo at Lara upang magkaanak ng anak na lalaki. Nagsimba sila sa Obando at si Lara ay nagsayaw sa altar ni Santa Clara. Pumunta pa sila sa isang Buddhist Temple sa Japan na bantog sa pagbibigay ng mga hangarin ng mga nagdadasal doon. May malaking hurno sa gitna ng templo na naglalaman ng mga malalaking umuusok na insenso. Ang babaeng naghahangad ng sanggol ay tumatayo sa may malapit sa hurno at pinauuusukan ang kanyang sarili. Bago isinasa-isip ang dalangin; sa kaso ni Lara, isang anak na lalaki. Bago may tila tsubibo na itinutulak ang babae hanggang sa iyon ay umikot. Prayer wheel ang tawag. May mga libro ng dasal sa loob ng estante na nasa gitna ng tsubibo. Ang paniniwala: Bawa't isang ikot ng tsubibo ay katumbas ng pag-usal sa lahat ng dasal na nilalaman sa loob ng lahat ng libro na nakapaloob doon sa estante.

Alang-alang sa pag-asa na magkakaanak sila ng

lalaki kapag nag-ampon, kahi't na may duda si Lara, sa huli, ay pumayag na ampunin ang bata, na nang malaon ay pinabinyagan nila sa ngalang Fermin.

Nagkatotoo ang payo ni Mrs. Santos. Pagkalipas ng isang taon, matapos na ampunin si Fermin, ay nabuntis si Lara at ang naging bunga ay isang lalaki.
Samakatuwid ay naging dalawa ang anak na lalaki nina Paolo at Lara.

Itinuring na tunay na anak si Fermin. Kung ano ang trato sa tunay na anak
na lalaki ay ganoon din ang naging trato kay Fermin. Ang dalawang anak na lalaki nga, sina Fermin at Oscar, ay naging mabuting magkalaro, magkaibigan at magkapatid.

Hindi nga lamang magkamukha ang dalawa. Si Oscar ay maputi. Si Fermin ay maitim. Si Oscar ay di kataasan. Si Fermin ay mataas.

Binibiro ng mga tao si Fermin. "Fermin, saan ka ba ipinaglihi? Hindi mo kamukha ang nanay at tatay mo. Baka ampon ka lamang?" Wala namang bisa kay Fermin ang mga biro. Sagana siya sa pagmamahal at pag-aaruga na malayo niyang iisipin na may katotohanan ang biro.

Nag-high school, nag-college sina Fermin at Oscar. Makalipas ang dalawampung taon naging abogado si Fermin at si Oscar naman ay naging director sa pelikula.

Ayon din sa sinabi ni Mrs. Santos ay naging mabuti ang kabuhayan nina Paolo at Lara. May talino at sipag ang mag-asawa at masasabing matatamo nga nila ang ginhawa sa buhay dahilan sa talino; nguni't maaaring ang tagumpay nila ay dulot din ng pag-aampon kay Fermin. Hindi ba't ipinayo ni Mrs. Santos: "Magkakaroon kayo ng suwerte kapag inampon ninyo ang bata."

Naging mahalagang lihim sa buong mag-anak ng mga Santos ang pagiging ampon ni Fermin. May mga katulong sa bahay at mga tsuper ang mga Santos at pati na sila ay kasangkot sa pagtatago ng lihim.

Dalawa ang kaisipan tungkol sa pag-aampon. Sa Amerika, ang kaugalian ay ang pagtatapat sa inampon na siya ay ampon. Mula sa pagkabata hanggang sa pagkakaroon ng sariling pag-iisip, iminumulat ang ampon sa katotohanang siya ay ampon. Sa ganitong paraan ay naiiwasan ang sigalot kung sakaling ang pagiging ampon ay nagiging usapin.

May mga ampon na pag narating na nila ang hustong gulang ay hinahanap ang kanilang tunay na magulang. Kahi't na nagtapat ang mga nagpalaki sa kanila, kahi't na sila ay pinalaki na parang tunay na anak, kahi't na sila ay hindi nagkulang sa pag-aalaga at pagmamahal, ang pagiging ulila ay nag-iiwan ng puwang sa kanilang puso na humihingi ng kapunuan.

Ang isang kaisipan ay ang paglilihim ng katotohanan. Mabuti ito kaysa sa pagtatapat, mangyari ay naiiwasan ang hapdi sa puso ng inampon dulot ng kaalaman na siya ay ipinamigay, hindi minahal ng tunay na magulang. Hindi rin nangyayari ang paghahanap sa tunay na magulang na, sa kalimitan, subukan man, ay hindi nagkakaroon ng katuparan.

Sa kaso ni Fermin, inilihim sa kanya ang pagiging

isang ampon. Sa katotohanan ay walang nakaaalam sa kanyang pinagmulan. Kahi't si Mrs. Santos ay hindi nakilala o nalaman man lamang kung sino ang ina ni Fermin. Sa simula pa ay hindi rin ninais ni Paolo na kilalanin o kausapin ang tunay na ina. Katuwiran niya – mabuti na walang impormasyon, walang kontak, walang follow-up. Sa kaso ni Fermin, burado ang kanyang nakalipas.

Inisip din ni Paolo – baka pag malaki na si Fermin at ang tunay na ina aymangangailangan ng salapi -- ay maging biktima pa siya ng blackmail at extortion.

Kinailangan ni Fermin na magkaroon ng pasaporte sapagka't may isa siyang kaso na kinailangang siya ay tumungo sa Estados Unidos. Natuklasan ni Fermin na siya ay may baptismal certificate nguni't walang birth certificate. Agad na nag-usisa sa mga magulang si Fermin. Narinig niya ang mga paliwanag nila nguni't hindi niya maintindihan o matanggap ang mga ito.

"Ipinanganak ka sa ospital, anak. Mayroon kang birth certificate na pinirmahan namin ng mama mo," paliwanag ni Paolo. "Nagkakamali ang census paminsan-minsan. Marahil ay nagkamali ang ospital. Hindi nila ipinadala ang birth certificate mo sa census." Sa katotohanan ay sadyang nakaligtaan nina Paolo at Lara ang pagtatala ng kapanganakan ni Fermin sa kinauukulang sangay ng gobyerno.

Samantala, ang driver ng mag-anak na matagal nang naglilingkod sa mga Santos ay nagkasakit at nabibilang na ang araw. Animanapu't lima na ang gulang ni Mang Berting. Ipinagmaneho niya ang mag-asawang Santos na magulang ni Paolo. Ipinagmaneho din niya si Paolo at kanyang mag-anak. Sa katotohanan ay naging malapit si Mang Berting kina Fermin at Oscar sapagka't siya ang naghahatid at nagbabantay sa kanila sa eskwela. Alam ni Mang Berting na si Fermin ay ampon.

Nakadalaw si Fermin kay Mang Berting ilang araw bago nalagutan ng hininga ang may-edad na tsuper. Sabi ni Mang Berting sa kanya: "Fermin, mahalin mo ang iyong mga magulang. Ayaw kong lumisan sa mundong ito na dala ko ang lihim ng iyong pagkatao." At inilahad ni Mang Berting kay Fermin ang tunay niyang kasaysayan.

Dahilan sa kasaysayang ipinagtapat ng tsuper, nag-apoy ang damdamin ni Fermin. Pinangibabawan siya ng galit at kabaliwan. Tila siya naging isang ligaw sa kapiligirang kilalala niya. Tila siya naging ulila sa kapiligiran ng mga nagmamahal na kamag-anak at kaibigan. Ninais niyang mapag-isa. Iniwan ang tahanan nina Paolo at Lara na hindi nagpa-alam. Sumakay sa eroplano, tumungo sa Amerika alinsunod sa balak na pag-aasikaso sa isang kaso. Nagpasiya siyang tumigil sa California. Doon nanirahan, naghanapbuhay, nagka-asawa, at nagkaroon ng sariling pamilya. Lumipas ang dalawampung taon, ni minsan ay di na siya nakipag-usap o nakipagkita sa mga magulang at kapatid.

Noong una ay hinanap nina Paolo at Lara si Fermin. Ipinagtanong siya sa mga kaibigan. Nang malaon, nang mapagtahi-tahi nila ang pira-pirasong bahagi ng mga pangyayari, ay nabatid nila ang sanhi ng pagkawala ni Fermin. Tumigil sila sa paghahanap at pagsubok na makausap pang muli si Fermin. Dahilan sa naging sadyang matigas ang puso ni Fermin, nagpasiya sina Paolo at Lara na pabayaan na si Fermin na matamo ang kanyang hinahanap na pag-iisa, kalayaan, at paghihimagsik.

Oo nga't masakit na malaman na ang mga magulang ay nagsinungaling at habang-buhay na nagtago ng lihim sa kanya; isang malaking pagtataksil, di ba? Nguni't di ba isa ring malaking pagkakamali na sisihin at gantihan ng galit at
poot ang mga taong nag-aruga, nagmahal sa isang ampon? Walang pagkakasala ang mga taong nag-ampon at nagmahal. Kung may masisisi,walang iba kundi ang ina na nakuhang ipamigay ang laman ng kanyang laman, dugo ng kanyang dugo. Marahil, ang nasasa-isip ng ampon ay usigin ang ina: Bakit mo ako ipinamigay?! Mahirap ka ba at hindi mo kayang ako ay buhayin? Nahihiya ka ba na maging dalagang-ina? Ikaw ba'y naging biktima ng panghahalay? May taning ba ang buhay mo at ayaw mo na ako ay maiwang nag-iisa sa mundo? Sino ka, inay?! Bakit mo ako ipinamigay!

Isinisigaw sa langit ng ampon ang mga katanungang nasabi. Ang mga palaisipan at mabibigat na damdamin na dulot ng pagiging ampon ay nakatimo sa puso sa araw-araw na ginawa ng Diyos. Kung minsan ay sinisisi pa ang Diyos. O, Paginoon, bakit mo pinahintulutan na mangyari ang aking pagka-api?!

Isang masaganang araw ay tila may nagpaliwanag sa isipan ni Fermin. Napawi sa kanyang isip ang pagkagalit sa kanyang mga magulang at ang pumalit ay ang damdamin ng pagmamahal sa mga taong pinagkakautangan niya ng buhay. Sa puso ay nakadama siya ng kirot na tila biglang ibinaon ng isang ligaw na kidlat. Ang kirot sa kanyang puso ay kinailangang malunasan kaagad-agad. Hindi na ito ang kirot dulot ng galit sa di kilalang ina. Hindi na ito kirot na dulot ng poot sa mga nagkunwaring magulang niya. Kirot ito dulot ng pagkakawalay sa mga minamahal at ng pagsisisi. Kinailangang makita niya kaagad ang kanyang pangalawang ama at ina. Agad-agad ay sumakay siya sa eroplano at bumalik sa Filipinas.

Si Paolo ay may edad na. Natagpuan siya ni Fermin na nasa ospital na may malubhang sakit.

"Anak, nabibilang na ang araw ng iyong ama. Hindi ko tiyak kong nakikilala ka pa niya. Wala siyang malay halos. Di siya makapagsalita," ani Lara.

"Mama, napakalaki ng aking naging kasalanan sa inyo. Hindi ko alam kong ako'y mapatatawad ninyo. Nguni't kaya ako naririto ay upang ipaalam na ako'y nagsisisi at taos-pusong nagpapasalamat at nagmamahal sa inyo," sinabi ni Fermin na may luha sa mga mata.

"Matagal ka nang pinatawad ng tatay mo. . ." pangako ni Lara.

"Hindi po siya ang tatay ko, mama. Hindi ko po alam kung ano ang itatawag sa kanya sapagka't naging mahigit pa siya sa aking tunay na tatay. Isa siyang anghel na pinagkakautangan ko ng aking buhay," idinagdag pa ni Fermin.

Ang tanging magliligtas sa buhay ni Paolo ay isang malusog na kidney galing sa isang donor. Dumaan sa pagsusuri si Lara, si Oscar, ang dalawang anak na babae ni Paolo, at iba pang kamag-anak. Ni isa sa kanila ay hindi maaaring magbigay ng kidney kay Paolo. Hindi magka-angkop ang mga kidney ni Paolo at ng mga nasabing kamag-anak. Kung walang makukuha na kidney mula sa naaangkop na donor ay tiyak na mamamatay si Paolo.

Sa paningin ng mga mortal, mahiwaga talaga ang buhay. Masasabing Diyos lamang ang may dunong at pananaw na nakakikita sa nakaraan, sa pangkasalukuyan, at sa hinaharap. Nakikita Niya ang ating buhay sa lahat ng panahon. At Siya lamang ang may kapangyarihan na ang ating buhay ay mangyari, mangyayari, ayon sa Kanyang balakin at naisin.

Nabigyan ng kidney si Paolo mula sa isang donor na hindi kamag-anak. Ang kidney niya at ng di-kamag-anak na donor ay magka-angkop. Ang kidney ay galing kay Fermin.

Watercolor ni Rino Hernandez

Percival Campoamor Cruz

Ang Pasko sa Nayon Nina Pepot at Pining

Ni Percival Campoamor Cruz

Nakadungaw sa bintana si Pepot at si Pining. Madilim ang paligid sa labas ng kanilang dampa. Sa kalayuan, sa kalangitan, ay pinanonood ng magkapatid ang isang malaking bituin na kukuti-kutitap.

Malamig ang simoy ng hangin. Dala nito ang halimuyak ng dama de noche at ng bagong gapas na dayami galing sa bukirin. Malalanghap din ang amoy ng nilulutong pinipig mula sa kusina ng kapitbahay. Sa kusina ng mag-anak ay nagluluto ng pang-Noche Buena si Inay. Maririning ang bru-bru ng apoy at ang hihip ng ina sa putol ng kawayan na nagbubuga ng hangin at nagpapaliyab sa apoy sa tuwing humihina ito. Tiyak na may palitaw at bilo-bilo sa hapag-kainan pagdating ng hatinggabi. May arroz caldo din. At magkakaroon din ng mainit na pan de sal na may palamang matamis na bao.

Si Itay ay karga si Juanita, ang sanggol ng pamilya. Naroong nakabalot ang kamay sa katawan ng bata at itinataas ito sa hangin. Naroong ibinababa ito sa kandungan. Sabay hagikhik naman ang bata sanhi ng kasiyahan sa nakalulula na laro.

Sa sahig na yari sa kawayan ay nakadapa at

nanonood sa mga pangyayari si Bantay, ang alagang aso ng pamilya.

Sa kalayuan ay tumutunog ang teng-teng ng kampana na nagpapaalaala sa mga taga-nayon na malapit nang magsimula ang misa.

"Marikit na bituin, akayin mo sa iyong liwanag ang tatlong hari at nang matunton nila ang bahay namin," bulong ni Pining sa sarili.

"Ate, padating na ba ang tatlong hari? Dala kaya nila ang hiniling kong sapatos na balat?" usisa ni Pepot kay Pining.

"Humiling ka sa bituin na iyon, at ang iyong hiling ay matutupad."

Panglamig ang isinuot na damit ng buong mag-anak. Isinakay ni Itay ang mag-iina sa isang kariton na nakasingkaw sa isang kalabaw. Siya naman ay umupo sa likuran ng kalabaw at siyang nagpalakad sa mumunting sasakyan patungo sa kapilya sa kalagitnaan ng nayon. Nakiisa ang pamilya sa pakikinig sa misa, ang ika-labing anim na misa na gabi-gabi ay ipinagdiriwang ng mga taga-nayon, alinsunod sa kaugalian.

Ang hanay ng mga bahay na nakita ng mag-anak sa daraanan ay may makukulay na parol na nangakasabit sa durungawan. May nakasalubong silang pangkat ng mga bata na umaawit ng kantang pamasko sa bahay-bahay kapalit ng limos.

Ang maliit na simbahan ay naliligo sa liwanag na mula sa mga bumbilya at sulo na lahat ay nagniningas nang napakarikit. Nakasabit ang sari-saring parol na hugis bituin at sa ilalim ng pinakamalaking parol ay nakatanghal ang isang belen – ang larawang may hugis ng sanggol na Hesus na nasa sabsaban at napaliligiran nina Jose at Marya, mga tupa at baka, at mga anghel na lumulutang sa alapaap.

Masaya ang misa. May tuwa at pag-asa sa bawa't puso. Tinanggap ng mga taga-nayon ang bagong silang na Hesus sa kanilang buhay bilang lakas na magpapairal sa kapayapaan at pagmamahalan sa tahanan at sa nayon. May koro ng mga bata na umawit ng mga kantang pamasko, saliw ng gitara na pinatugtog ng mga kabataan, na lalong nagpasaya at nagbigay-buhay at kulay sa pagdiriwang.

Pagbalik sa bahay ay nag-uunahan sina Pepot at Pining sa pagpasok at paghanap sa mga aginaldo. Sa ibabaw ng dulang ay naroroo't naghihintay ang mga regalong pamasko na matagal ring inaasam-asam ng mga bata, inihatid ng tatlong hari, ayon sa kanilang paniniwala.

Nakapaloob sa isang kahong yari sa banig ang bagong sapatos ni Pepe na yari sa balat ng kalabaw. Nasasaloob naman ng isang maliit na bigkis na yari sa buli ang sari-saring laruang pambabae ukol kay Pining, kabilang na ang mga palayuk-palayukan na yari sa lumad at isang manyika na ang balat ay yari sa tela at ang katawan ay nagkahugis dahil sa isiniksik na malambot na bulak.

Pag-uumaga, ang mag-anak ay tutungo sa bahay nina lolo at lola upang ang kamay nila ay halikan at makipag-salu-salo sa tsaa at puto-bumbong na gawa ng mga tiya. Si Pepot at si Pining ay tatanggap ng regalong pera, mga malulutong na perang papel mula sa matatanda, bilang sagisag ng magandang kapalaran, gayon din, alinsunod sa kaugalian.

Isang masayang mag-anak: Masipag at mapag-arugang ama, mapagtangkilik at mapagmahal na ina, mga batang pinalaki sa gatas ng ina at ng alagang kalabaw at sa pamumuhay na salat man sa karangyaan ay sagana naman sa sariwang pagkain, malinis na hangin, at magagandang simulain. Tahanang yari sa pawid at kawayan na ang hangin ay tagusan kaya't kaaya-aya ang pakiramdam ng mga naninirahan dito; tubig na matamis galing sa bukal, kusinang gamit ay uling na galing sa bao ng niyog at pinagliyab ng hihip ni Inay. Kalabaw at aso ang kapisan sa bakuran – ang kalabaw na sagisag ng kasipagan at ang aso na sagisag ng katapatan. Isaisip ang magandang larawang ito – ang Pasko sa nayon nina Pepot at Pining.

It was a cold and wet Christmas Eve in San Clemente, California. The attention of Miriam and Mandy was glued on the television. Charlie Brown's Christmas story was playing. Musical, multi-colored Christmas lights hanged around the eaves of the house and were blinking to the tune of "Jingle Bells". There was a living Christmas tree in the living room adorned with lights and shiny balls and red stockings.

Their mom was in the kitchen putting the finishing touches to a baked turkey. The whistle of the coffee-maker and the chime from the microwave cooker were tell-tale signs that the midnight dinner was almost ready.

Their father was in the den doing stuff with the

computer, sending Christmas messages, maybe.

Baby was sitting in his mechanical seat that swayed by itself.

"Mom, what time is Santa coming in to bring my present?" Miriam yelled at her mom.

"Soon, honey," the mom assured her from the kitchen.

In the meantime, the family's pet dog, Chiqui, was comfortably slouched on the hardwood floor of the modern-looking house while watching the unraveling scenario of a Filipino Christmas eve in America.

The alarm went off, which meant 15 minutes to midnight.

The father dropped what he was doing and quickly herded his family into the garage. The family hopped into a Mercedes Benz, the garage door opened electronically, and they were off to church.

The church was brimming with celebrants – people of different colors but with common looks all glowing in smiles and in their best, expensive clothes, shoes, hats and handbags. A choir dressed in bright red gowns sang to the accompaniment of an electronic organ that had huge pipes and it filled the air with happy Christmas tunes. Everybody looked joyful and content. Now and then camera flashbulbs popped.

Rev. Bill Adams', the priest's homily, was very inspiring:

"What if I had been born to another set of parents? I would never have known the love of the parents I know and love now. Christmas is a crossing of paths... Christmas is where we find the Christ of God intersecting with humanity! Christmas is our first best meeting with the God who has desired us from the very beginning.

"Mary and Joseph, far from home because of imperial rule, a peasant mother giving birth in unsanitary substandard housing... There was no fanfare, no royal delegation. . . They just laid him in that manger and they watched his little face, and they listened for his breathing, just like every new parent does. This couldn't be anything but true love!

"True love accepts the beloved for who they really are; God chooses to love us precisely because we are subjects of the human condition... not because of a favorable bottom line on a social and moral profit and loss statement. Mary and Joseph had nothing to commend them save their humanity."

The donation baskets passed around the church during the thanksgiving portion were laden with crisp dollar bills and personal checks. Everybody joined in the singing of "Joy to the World" as the priest came down from the altar to greet his parishioners. There was a lot of hugging and kissing, brief chit-chats, and then the people headed back to their heated homes.

Miriam and Mandy, upon reaching home, raced to the Christmas tree and underneath this American symbol of Christmas their gifts wrapped in richly-colored silver paper were waiting: A complete set of classic

Disney children's movies for Miriam and a new wii virtual sports machine for Mandy.

"Miriam, did you see Santa take off from our roof riding on his sleigh?" The mother said in a believable tone. "He brought your presents and couldn't wait for you because he has to deliver a lot of gifts to other children tonight."

"Oh, mom. I missed him again. We should have come home sooner," Miriam rued.

On Christmas Day, the family went out to the beach to be together since there were no relatives to visit. The closest relative was the father's brother who was in the East Coast, 5000 miles away. The grandpas and grandmas were in the Philippines, 8,000 miles away. Last night, Miriam's and Mandy's father was on his skype trying to reach out electronically to his parents in the Philippines.

Imagine this picture: A Filipino family already adapted to the culture of a second country, enjoying the American dream – a home in a nice community; well-paying jobs commensurate to the education and talent the parents brought to America; good education and a future of great opportunities for the children; the modern conveniences and technology available in America; and a pet dog loyal to his immigrant and well-off masters; similar to the dog in the far-away Philippine village that was just as loyal no matter that its adopted family led a simpler life, the decent, hard-working family of Pepot and Pining.

Different places, different circumstances. Christmas to Filipinos is always and will forever be a family affair. The midnight masses and the misa de aguinaldo on Christmas Eve attest to the deep, religious meaning of the event. Three Kings or Santa Claus, puto-bumbong or baked turkey, carabao-driven cart or Mercedes Benz, modest or well-to-do, simple or elaborate gifts, and whatever trivial differences there may be in the observance. . . Jesus, peace and love, remain at the center of the Filipino Christmas celebration anywhere.

Pasasalamat kay Jay Leno, Channel 7 L.A., Love Ride, Google Images

Percival Campoamor Cruz

Labingdalawang "Bikers"

Ni Percival Campoamor Cruz

Alam ninyo ang itsura ng mga "bikers" o motorsiklista. Malalaking lalaki, mabibigat, mahahaba ang buhok. May nakatali na bandana paikot sa noo at ulo at nang ang buhok ay hindi tumakip sa mata o liparin ng hangin. Karamihan sa kanila ay may bigote at balbas.

Sila'y mga tunay na lalaki. Ang edad ay hindi lalayo sa mula 35 hanggang 60 anyos. May-asawa at pamilya. May pag-aaring bahay at isa o dalawang kotse o truck bukod sa motorsiklo. May pinagkakakitaan.

Noong kapanahunan ng 1960 ay kabilang sila sa mga tinawag na "hippies" – mga taong namuhay ng buhay na kontra sa kultura: ang pagsunod sa kanilang laya at hilig, kahi't na salungat sa kaugalian, kahi't na hindi popular. May isang pelikula na naglarawan sa kontra-kulturang nasabi.

"Easy Rider". Ito'y kasaysayan ng dalawang motorsiklista na naglakbay mula California patungo sa New Orleans. Nakatagpo sila ng sari-saring tao at mga karanasan. Hindi maganda ang tingin at turing ng mga tao sa kanila sapagka't ang ayos nila at takbo ng pag-iisip ay naiiba. May "restaurant", halimbawa, na hindi sila pinagsilbihan, bagkus ay pinaalis pa. Ang tingin sa kanila ng mga servidora at mga pulis na naroroon ay "basagulero" sila.

Ipinakita sa pelikula ang buhay sa siyudad at inihambing ito sa buhay sa "farm". Ipinakita ang paggamit ng marihuana, Sa huli ay napatay ng mga "hillbilly" ang magkaibigan. Ang sabi ni Wyatt, na ang gumanap na aktor ay si Peter Fonda, isa sa dalawang pangunahing karakter ng pelikula: *"This used to be a hell of a good country. I can't understand what's gone wrong with it." He observes that Americans talk a lot about the value of freedom, but are actually afraid of anyone who truly exhibits it."*

Ang nasyong ito dati ay napakabuti noon. Di ko maintindihan kung ano ang nangyari. Magaling sa salita ang Amerikano pagdating sa pagpuri sa kalayaan. Datapuwa't takot sila sa taong isinasabuhay ang tunay na kahulugan ng kalayaan.

Ang pagsakay sa motorsiklo at paggaygay sa mga "freeway" at lansangan, ang pagpapatakbo ng mabilis - sa bilis na ang hangin ay humahagipas sa mukha at katawan, na di alintana ang init o ulan o yelo, at malayo sa siyudad, trabaho, pamilya at ang mga nakakasulikasok na alalahanin sa buhay – ito ang tunay na kalayaan!

Ang mga lumaban sa Vietnam at nakabalik sa Amerika nang buhay, bagama't walang naging kapansanan sa katawan ay may uwing kapansanan sa utak. Naging malupit ang labanan sa Vietnam at ang mga kalagim-lagim na kamatayan ng mga sundalo at pagiging nasa ilalim ng takot ay nakasira sa ulo ng maraming beterano. Marami sa kanila ang nakatagpo ng kapayapaan at kalutasan sa kanilang pagkabaliw sa pagsakay ng motorsiklo.

Nagkaroon ng mga barkadahan, sabihin na nating "gangs", ang mga mahilig sumakay sa motorsiklo. May mga lakad sila na sila'y sama-sama bilang isang malaking pangkat. Nagkakasundo sila kung saan pupunta, saan titigil upang magpahinga. Sa malalayong pook, sa mga pook na walang bahay at naninirahan, doon sila tumitigil upang magluto, kumain, magkuwentuhan, humitit ng damo, at matulog.

May mga pangkat na ang barkadahan ay nauwi sa pakikipag-away, pakikipagbarilan, patayan kontra sa ibang pangkat. May mga pangkat na nasangkot sa paggawa ng krimen gaya ng pagtutulak ng damo at mga "illegal weapons".

Nguni't sa kabuuan, ang mga "bikers" ay mga kagalang-galang na miyembro ng sosyedad. Tumutulong sila sa pagpapanatili ng kapayapaan. Sa pangingilak ng tulong para sa mga maysakit at nagugutom.

Tuwing may ililibing na "war veteran", at maging sa mga "civic parades", ang mga "bikers" ay nangunguna sa pila. Nakahanay sila sa unahan ng parade, may mga sabit na "American flag" sa kanilang mga "bikes" at nakikiisa sa ano mang pagdiriwang.

Ang mga motorsiklo ay may mikropono at "headset" kung kaya't nakapag-uusap ang mga "bikers" habang sila ay naglalakbay. Ang mga motorsiklo ay mayroon ding "stereo radio" o cassette player at sila ay nakikinig sa kanilang mga paboritong kanta habang naglalakbay. "Born in the USA" ni Bruce Springteen ang isa sa mga paborito nilang kanta.

Born down in a dead man's town
The first kick I took was when I hit the ground
You end up like a dog that's been beat too much
'Til you spend half your life just covering up

[chorus:]
Born in the U.S.A.

Born in the U.S.A.
Born in the U.S.A.
Born in the U.S.A.

I got in a little hometown jam
And so they put a rifle in my hands
Sent me off to Vietnam
To go and kill the yellow man

[chorus]

Come back home to the refinery
Hiring man says "Son if it was up to me"
I go down to see the V.A. man
He said "Son don't you understand"

[chorus]

I had a buddy at Khe Sahn
Fighting off the Viet Cong

They're still there, he's all gone
He had a little girl in Saigon

Percival Campoamor Cruz

I got a picture of him in her arms

Down in the shadow of the penitentiary
Out by the gas fires of the refinery
I'm ten years down the road
Nowhere to run, ain't got nowhere to go

I'm a long gone
Daddy in the U.S.A.
Born in the U.S.A.
I'm a cool rocking Daddy in the U.S.A.
Born in the U.S.A.

Isang araw na maganda ang sikat ng araw, napansin ng mga tao na may labing-dalawang "bikers" na nakaupo sa semento sa harapan ng simbahan. Ang eksenang ito ay nakita, naulit, sa maraming simbahan sa kabuuan ng Los Angeles.

Sa loob ng dalawang oras ay hindi kumikilos, hindi nag-uusap, ang mga "bikers". Nakaupo lamang sila at nakabilad sa araw.

May mga pulis na dumating upang tingnan kung may gulong nagaganap. Nguni't dahil ang mga "bikers" ay tahimik lamang na nakaupo ay binantayan na lamang sila; habang ang mga tao naman ay nagsimula nang magmasid at magtaka kung ano ang kahulugan ng nagaganap.

Dumating ang mga "TV news crews" at mga fotograpo ng mga diaryo. Kinuhanan nila ng "clips" at retrato ang mga "bikers" na sa dalawang oras ay hindi tumitinag sa kanilang pagkakaupo. Hanggang sa ang mga "TV news" at "radio news" ay ibinabalita na sa himpapawid ang nakapagtatakang pangyayari.

Tumayo at tahimik na lumisan ang mga "bikers" makalipas ang dalawang oras na walang paliwanag sa kanilang ginawang "demonstration" ba o protesta?

Napansin ng mga pulis at mga tao na sa bawa't lugar na inupuan ng labingdalawang "bikers" ay may iniwan silang isang putol ng tinapay at isang isda.

Pagkakita sa iniwang tinapay at isda ay lalong lumalim ang misteryo. Nagkamot na lamang ng ulo ang mga pulis, ang mga tao, at ang mga taga-"media".

Ano kaya ang ibig sabihin nito?

Ang mensahe, ang lihim, ay ang mga "bikers" lamang ang nakaaalam.

Pasasalamat sa familia ni Justina Quiray-Matic

Percival Campoamor Cruz

Masikip Sa Tatlo

Ni Percival Campoamor Cruz

Ang aking biyenang babae ay isang bayani ng Bani, Pangasinan. Bago pa kami ikinasal ng kanyang anak na panganay ay binawian na siya ng buhay sanhi ng sakit na diabetes. Samakatuwid ay hindi ko lubos na nakilala si Justina Quiray. Ang kanyang nakalipas na nabatid ko sa pamamagitan ng kuwento ng mga taga-Bani ay isang malaking sorpresa para sa akin at kahi't na sa kanyang anak. Ang aking kabiyak mismo ay hindi alam na ang kanyang ina ay isang bayaning hindi pinarangalan.

Prologo(Mula sa Kasaysayan ng Bani)

Mapanganib na pamamangka sa dalawang ilog ang ginampanang papel ni Justina Quiray noong panahon ng pananakop ng mga Hapon. Nang nangailangan ang tagapamahala ng mga kawal-Hapon ng isang guro na maaaring mag-aral ng Niponggo, at nang pagkatapos ay maturuan niya ang mga batang nasabi ng wikang-Hapon, ay nagkusang-loob si Justina na siya ang piliin. Noong1943 ay nagturo siya ng Niponggo sa Paaralang Elementarya ng Bani. May himpilan ang mga Hapon sa loob ng nasabing paaralan noong panahong iyon at gawa ng mabuting pakikisama ni Justina ay pinagkatiwalaan siya ng pinuno ng mga sundalo,isang tenyente na nagngangalang, Mijara. Tuwing may mga mahuhuling guerrilla ang mga Hapon, si Justina ang nagsasabi kay Tenyente Mijara na palayain sila sapagka't ang mga nahuhuli ay hindi guerrilla kundi karaniwang mamamayan lamang. Nagtitiktik din si Justina tungkol sa mga balakin at kilusin ng mga sundalong-Hapon at, sa gayong paraan. ay natutulungan niyang mangibabaw sa labanan ang mga guerrilla. (Ito'y talatang hango sa kasaysayan ng Bani na isinulat sa Ingles; salin sa Pilipino ang inyong kababasa.)

Naganap ang kabayanihan noong panahon ng Hapon. Nilusob ng bansang Hapon ang Amerika sa paraang pataksil nang ang mga pilotong kamikaze nito ay pinuntirya at binagsakan ng bomba ang mga bapor-militar ng Amerikano na noon ay nakatigil sa Look ng Pearl Harbor, sa Hawaii, Disyembre 7, 1941.

Sa dahilang ang Filipinas noon ay nasa ilalim ng pamamahala ng Amerika, inatake din ng mga Hapon ang Filipinas, ilang oras lamang pagkalipas ng pag-atake sa Pearl Harbor. Ang pagtataksil na ito ng Hapon ay siyang naglunsad sa Pangalawang Digmaang Pandaigdig.

Dalawang lalaki ang naminimtuho sa pag-ibig ni Justina Quiray. Tila ang dilag ng Bani, Pangasinan ay maselang kristal na naiipit sa dalawang nag-uumpugang bato. Sapagka't ang nagtutunggali sa pag-ibig ay nagtutunggali rin sa nagaganap na digmaan, kapuwa malalakas at matitigas ang magka-ribal. Di malayo na ang magagapi sa tunggalian, ang mababasag ang damdamin, ang mag-aalay maging ng kanyang buhay, ay ang babaeng hinahangad.

Ang maliit na bayan ng Bani ay nasakaduluduluhan sa dakong kanluran ng lalawigan ng Pangasinan. Isa itong napakagandang pook na nasa baybayin ng Dagat-Tsina at malayo sa ingay at gulo ng lungsod. Dumaong dito ang mga Portuges, maging ang mga Ingles, noong panahon ng mga manglalayag ng karagatan at manunuklas ng mga malalayong lupain. Laging namamataan ng mga aventurero ang Bani, marahil, sa dahilang ito ay nasa daraanan nila sa paglalakbay pamula sa Europa at Tsina at, palibhasa ay kaakit-akit ito.

Hindi lamang dumaong, kundi tumigil pa, sa Bani ang mga Portuges. Ang mga manglalayag ay nakapag-asawa ng mga babaeng tubo sa nasabing pook, nakapagsimula ng kamag-anakan o lahi. Ang mga supling ng nasabing mga pagsasama ay nagkaroon ng mga katangiang panglabas na magkahalong Portuges at Pilipino.

Maganda si Justina at maputi. Naiiba siya sa karamihan ng mga kababaihan sa Bani na di makatawag-pansin ang mga mukha at maiitim. Di nakapagtataka sapagka't si Justina ay may dugong-Portuges. Apo siya ni Donya Amparo Munoz na ang ama ay purong Portuges. May kumalat pa na balita na si Justina ay ipinaglihi ng ina sa imahen ng Mahal na Birhen na nakalagak sa altar ng simbahan ng bayan. Maputi ang birhen, kulay hibla ng mais ang buhok, at may gatla ang leeg. Kung uusisain, magkahawig nga ang Birhen at si Justina!

Ang huling dayuhang dumaong at tumigil sa Bani ay ang mga sundalong-Hapon. Sila ay mga mandirigma, mandirigma na bulag na sumusunod at nagpapaganap sa mga mithiin ng Emperador ng Hapon. Ang masasabing matayog nguni't di makatuwirang mithiin ay ang pagsakop sa buong Asya, kabilang na angFilipinas, at ang pagpapairal sa pamamaraang-Hapon.

Ang mga lalaki ng Bani at karatig na pook ay bumuo ng lihim na sandatahang-lakas na sasalungat sa pananakop ng mga sundalong-Hapon sa paraang patago. Naging higit na handa at malakas ang sandatahang-lakas ng Hapon kung kaya't ang guerrilla na si Celso at ang kanyang mga ka-pangkat ay nagtatago sa mga lungga sa kabundukan.

Si Tenyente Kenji Mijara ang pinaka-pinuno ng batalyon ng sundalong-Hapon na sumakop sa Bani. Makisig siya at may pinag-aralan. Sa maraming pook na sinakop ng mga Hapon, naging malulupit at walang paggalang sa kapuwa ang mga pinuno, at ang mga dayong sundalo. Nabalita na ang mga nadadakip na guerrilla ay kapagdakang pinupugutan ng ulo, gamit ang matalas na samurai. Maging ang mga babae at bata ay tinuturukan ng bayoneta, kapag nahihiligan.

Bilang natatanging guro sa maliit na elementarya sa Bani, si Justina ang isa sa unang mamamayan na nilapitan ni Tenyente Mijara upang makipagkilala at pakiusapan ng tulong. Marunong magsalita ng Ingles si Tenyente Mijara, palibhasa ay nag-aral sa unibersidad, kung kaya't madaling nagkaunawaan ang dalawa.

"Hangad namin ang kabutihan ninyo. Iiral ang kapayapaan at lulusong ang kaunlaran hanggang sa ako ang namumuno dito." Wika ni Tenyente Mijara.

"Ang kahilingan ko, BinibiningJustina, ay maturuan mo sana ng Niponggo ang mga bata.

Tutulungan kita. At sa tuwing umaga ay itataas sana ninyo ang bandila ng Hapon at aawitin ang 'Kimi GaYo' (Mabuhay ang Emperador)." Dagdag pa ng tenyente.

Mabigat sa kalooban ni Justina na yumuko sa mga kagustuhan ng isang manlulupig; nguni't wala siyang magagawa kundi ang makipagtulungan at nang hindi mapahamak ang kanyang mga kababayan.

Naging malimit ang pagkikita ng tenyente at ng dilag ng Bani. Unti-unting namumuo sa puso ng lalaki ang pag-ibig. Di miminsang dumalaw ang tenyente sa bahay nina Justina na may pasalubong na sariwang bulaklak at kakaning-Hapon. May mga kababayan si Justina na nakakikita sa kanila na namamasyal sa baybay-dagat sa ilalim ng buwang malaki at maliwanag. At ang tagpong katulad nito ay kanilang ikinabahala. Nagtataksil ba si Justina sa kanyang mga kababayan? Marapat ba na makipagkaibigan sa kaaway?

Lingid sa kaalaman ng mga kababayan niya at ni Tenyente Mijara, si Justina ay lihim na nangangalap ng inteligencia at ipinaaabot ang mga ito kay Celso. Sa madaling sabi ay nalalaman ng mga guerrilla ang mga balakin ng mga sundalong-Hapon bago pa man nila maisakatuparan ang mga ito.

Minsang nagkaroon ng pagkakataon sina Justina at Celso na makapag-usap nang sarilinan ay nagtapat ang dalaga. "May pagtingin sa akin si Tenyente Mijara. Sinabi ko sa kanya na ako ay may nasagutan na ng aking pag-ibig, nguni't ibig pa rin niyang subukan na makamit ang aking oo."

"Papatayin ko ang sakang na iyon!" galit na nasambit ni Celso.

"Ang bayan na ito ay napakaliit upang kapuwa kami manatili dito. Masikip sa dalawa ang Bani!" Pahayag ni Celso.

May taong biglang lumitaw at nagsalita sa likuran ni Celso.

"Tama ka, Celso. Isa sa atin ang walang karapatan na manatili sa bayang ito."

Sinundan pala ni Tenyente Mijara si Justina at natunton niya at ng mga taga-sunod na sundalong-Hapon ang lungga ng mga guerrilla.

Nakaumang na ang mga riple ng mga sundalo sa ulo ni Celso. Sa utos ng tenyente ay pipisilin ng mga sundalo ang gatilyo at tiyak na magiging mistulang bangkay si Celso na sabog ang bungo. Samantala, ang mga kakampi ni Celso ay nasa malayong pook. Nasukol si Celso na nag-iisa.

Ibig humiyaw sa magkahalong kahihiyan at sindak si Justina o di kaya ay umiyak at magmakaawa sa kaibigang tenyente, nguni't minabuti niya na sarilinin ang pagkagulat at masidhing pagkatakot. Tulala siya nguni't tahimik na lumakad papalayo mula sa pook na kamamatayan ng kanyang kasintahan.

Pinigil ni Tenyente Mijara si Justina sa paglayo at nagsabi ng ganito: "Hindi ako isang taksil, Justina. Hindi ako papatay ng tao na walang laban." At kinumpasan niya ang mga sundalo na ibaba ang kanilang mga riple.

"Justina at Celso," wika ni Tenyente Mijara, "masikip nga sa dalawa. . . masikip sa tatlo, ang maliit na bayang ito. Pababayaan ko kayong makatakas. Lumayo kayo sa pook na ito. Tumungo kayo sa pook na ligtas. At ipagdasal ninyo na di na tayo magkikitang muli. Di ko magagawang patawarin kayo sa pangalawang pagkakataon. Sa ngayon, ang puso kong may busilak na pag-ibig sa iyo, Justina, ay nag-uutos na magpatawad at tumatanggi na malason ito ng kamandag ng pagkapoot."

At iyon na ang naging huling pagkikita nina Justina, Celso, at TenyenteMijara.

Epilogo(Mula sa Kasaysayan ng Bani)

Nakahahabag pagmasdan ang mga sundalong-Hapon noong mga huling araw nila sa Bani. Lumubog sa bomba ang kanilang mga bapor at umahon sila sa pampang na tila mga ligaw na baka. Sa pagmumukha nila ay makikita ang pamumutla, pagkagutom, kawalan ng pag-asa, at nalalapit na kamatayan. Wala na silang armas at gula-gulanit ang mga damit. Ang mga paa nila ay sugat-sugatan sa paglalakad na walang sapatos o kung may suot man ay sandalyas na basahan o dayami lamang. Kawangis nila ang mga sundalong Pilipino at Amerikano na nakabilang sa Martsa ng Kamatayan (Death March) sa Bataan. At ang mga taga-Bani ay naawa sa kanila, hindi na sila tinuring na kaaway, nawala ang damdamin ng paghihiganti, at hindi na sila ginalaw.(Ito'y talatang hango sa kasaysayan ng Bani na isinulat sa Ingles; salin sa Pilipino ang inyong kababasa.)

Naglabasan ang mga taong-bayan ng Bani nang magdaan sa kanilang pangunahing lansangan ang hanay ng mga sundalong-Hapon na noong oras na iyon ay mga bihag na ng digmaan. Ang mga sundalong-Amerikano ay inihahatid sila sa bakuran ng elementarya na hinirang na pansamantalang kulungan.

Kawangis ng mga sundalong-Hapon ay mga ligaw na baka na sunud-sunuran lamang sa mga sigaw at utos ng mga bantay. Gaya ng nasabi sa kasaysayan ng Bani, naawa ang mga taong-bayan sa mga sundalong-Hapon. Oo nga't sinalakay nila ang dati'y tahimik na bayan, nguni't naging mabait naman sila sa mga taga-roon. Ang dati-rati'y makikisig at maliliksing kawal ng Hapon, noong oras na iyon ay larawan ng pagod, gutom, at kabiguan.

Kabilang sa mga lumabas sa lansangan upang manood sa "parada" ng mga bilanggo ng digmaan ay sina Justina at Celso. Mula sa bundok ay bumaba sila sa kapatagan nang mapag-alamang nasupil na ng mga Amerikano ang mga sundalong-Hapon.

Sa simula ay hindi nakayanan ng mga Amerikano na salungatin ang lakas ng paglusob ng mga Hapon. Walang nagawa ang pagtatanggol sa bansa na isinagawa nina Gen. Douglas MacArthur at ng kanyang mga kawal-Amerikano. Noong Marso ng taong 1942, napilitan si Gen. MacArthur na isuko ang Corregidor. Sakay ng isang bapor ng U.S. Navy ay inilikas siya, kasama ang kanyang pamilya, patungo sa Australia. Mula sa Australia, nagsalita si Gen.MacArthur sa radyo at ipinaabot sa mga Pilipino at sa mga kawal-Amerikano na ikinulong ng mga Hapon sa mga concentration camps, na siya ay magbabalik: "Ishall return".

Noong Oktubre 20, 1944, bumalik nga si Gen.

Douglas MacArthur. Lumusong siya sa baybayin ng Leyte at tinupad ang kanyang pangako na siya ay magbabalik upang palayain ang Filipinas mula sa pananakop ng mga Hapon. Ikatlong bahagi ng mga sundalong-Amerikano ang namatay na sa sakit at gutom bago nangyari ang nasabing pagbabalik. Marso ng taong 1945 nang ang buong Luzon ay nabawi sa kamay ng mga Hapon.

Madungis ang ayos ni Tenyente Mijara kahi't na buo pa rin ang kanyang sombrero at uniporme. Mababakas sa kanyang mukha ang kalungkutan at pagod; datapuwa't tuwid na tuwid pa rin ang kanyang tindig at lakad.

Ang batang-batang tenyente na nagtapos sa unibersidad at nag-aral sa paaralang-miltar ng Hapon ay malayong-malayo ang iniisip. Naaalaala niya ang kanyang mga magulang at kapatid na naiwan niya sa Hapon. Magkikita kaya silang muli? Naaalaala niya ang mga kaklase niya sa paaralang-militar. Ano na kaya ang nangyari sa kanila? Pabalik-balik sa kanyang diwa ang katanungan: Marapat kaya na maging tapat siya sa Emperador? Ang ialay ang kanyang kabataan, maging ang kanyang buhay; ang mapawalay sa mga minamahal sa buhay, sa mga kaibigan, upang tuparin ang mithiin ng isang Emperador? Ang digmaan ba na kanyang kinasangkutan ay may katuwiran?

At sa kanyang alaala ay di maialis ang larawan ni Justina. May naiwan siyang kaibigang babae sa Hapon. Siya ay hindi pa niya kasintahan. Patungo na siya sa pagtatapat ng kanyang pag-ibig sa dalagang-Hapon nang siya ay biglaang tinawag ng Japanese Imperial Army upang magsanay sa pakikidigma. Nakadarama siya ng kalungkutan na ang nasabing dalagang-Hapon ay naiwan niya sa tinubuang lupa. Kumusta na kaya siya? Nakahanap na kaya siya ng ibang kasintahan? Maghihintay kaya siya sa akin?

Nguni't higit na naaakit siya kay Justina, higit na umiibig siya sa babaeng taga-Bani. Justina, isa ka na lamang pangarap ngayon! Pinipilit niyang kumbinsihin ang kanyang sarili na kalimutan na lamang si Justina.

Nakita ni Justina si TenyenteMijara. Ibig niyang kawayan ang kaibigan at isigaw ang kanyang pangalan, nguni'tdi niya ito nagawa. Nang magdaan ang tenyente sa kanilang harapan ay di man lamang nagbago ang anyo ng mukha ng Hapon. Nagkasalubong ang kanilang mga paningin nguni't tila walang nakita ang tenyente. Tahimik siya at taas-noong nagpatuloy sa paglalakad. Patungo kung saan, hindi niya nalalaman.

Nagkakasakit ng malaria si Celso at iyon ang kanyang ikinamatay. Nanatiling dalaga si Justina at si Tenyente Mijara naman ay nakabalik sa Hapon, matapos na ang Amerika at Hapon ay nagkasundo na wakasan na ang digma.

Percival Campoamor Cruz

Sa Linggo Ang Bola

Ni Percival Campoamor Cruz

Sapul sa aking pagkabata hanggang sa ako ay magka-edad, ang larawan ng tindero o tindera ng Sweepstakes ay isang larawan na araw-araw kong nakikita at mahirap na malimutan. Hindi ba't hanggang sa ngayon, saan man sa Filipinas, ay sasalubungin ka, susundan at di lulubayan ng tindero o tindera ng Sweepstakes hanggang sa ikaw ay bumili ng tiket o mayamot?

-- Mama, ale, sa Linggo po ang bola. Limang milyon ang first prize. – karaniwang bukang-bibig ng nagtitinda.

-- Meron na. –

-- Sige na po, mama, ale. Baka suwertihin kayo. -- Ang kulit ng nagtitinda. Kung minsan ay batang madungis. Kung minsan ay dalagita. Kung minsan ay matandang lalaki o babae.

Hahatakin pa niya ang dulo ng manggas mo. – Sige na po, kahi't isa l'ang. Pambili l'ang po ng pagkain. –

Dahil sa iyong awa at nang ang nagtitinda ay iwanan ka na, sa huli ay nagwawagi ang nagtitinda – sa pagbebenta ng tiket sa iyo.

Ang Sweepstakes ay paraan ng pagtulong sa nagtitinda at sa gobyerno na nakaiipon ng fondo na nagagamit sa pagtulong sa mahihirap. Magkaminsan, pag sinuwerte at nanalo, ang Sweepstakes ay paraan ng pagtulong sa iyong sarili.

Bago pa nagkaroon ng Lotto sa Amerika ay matagal nang naglalaro ng Sweepstakes ang mga taga-Filipinas. Ang Lotto ay sugal na tinatangkilik ng gobyerno. Makabibili ang mga mamamayan ng tiket na nagkakahalaga ng isang dolyar. Ang namimili ng numero ay ang taong sumusugal. Kapag Mega Lotto, limang numero mula 1 hanggang 47 ang pinipili. Bago ito ay dinadagdagan ng isa pang numero na pang-dulo o buntot (Mega number ang tawag) na maaaring piliin ang numero 1 hanggang 27. Kapag nabunot ang numero (sa pamamagitan ng isang makinang naghahalo ng mga bola na tila bola ng pingpong na may numero ang forma; na pagkahalo ay hinihigop ang anim na numero; ang pagbola ay ipinapakita sa TV) ang premyo sa isang dolyar ay umaabot sa daang-milyong dolyar. May Lotto na rin sa Filipinas nguni't higit na kilala doon ang Sweepstakes.

Ang Sweepstakes sa Filipinas ay ganoon din. Sugal na tinatangkilik ng gobyerno. Tiket na may numero. Pag napili ang numero ng taong sumusugal ay mananalo siya ng milyun-milyung piso. Ang pagpili ng numero ay idinadaan sa paghahalo ng mga bola sa tambyolo. Ang pagkakaiba ng Sweepstakes sa Lotto: Pagkapili ng mga numero ay ipinapares ang bawa't napiling numero sa kabayo. Nagkakarera ang mga kabayo at kung aling kabayo ang mangunguna ay iyong numero na dala ng kabayo na iyon ang mananalo ng first prize. Bago may second prize, third prize, at iba pa.

Bilang katunayan na matanda na ang sugal ng kapalaran na Sweepstakes sa Filipinas, si Dr. Jose Rizal ay nanalo sa nasabing loterya noong 1892. Noong panahon na iyon ay preso si Rizal sa Dapitan, na nasa Zamboanga del Norte. Ang kanyang napanalunan ay ibinigay niya sa mga namamahala sa Dapitan upang magamit sa pagpapabuti ng eskwela. Ang Empresa de Reales Loteria Espanolas de Filipinas ay namahala ng loterya mula noong 1833.

Sa pamamagitan ng Lotto at ng Sweepstakes at iba't-iba pang uri ng sugal, ang mga gobyerno sa buong mundo, ay nagkakaroon ng paraan na kumita at maka-ipon ng salapi na pangtustos sa mga pangangailangan ng mga eskwela, ospital, at kung ano pa mang kawanggawa.

Bukod sa pagkapanalo ni Rizal na nakatala sa aklat ng kasaysayan, ang may-akda ay may ilang kuwento tungkol sa Sweepstakes na batay sa totoong pangyayari.

1.

Bumili ng Sweepstakes ticket si Miguela nang minsan na nagsimba siya sa parokya ng Nazareno sa Quiapo. Doon sa Quiapo nagdagsa ang mga taong nagsisimba at namimili. Doon din ang sentro ng mga ahente ng Sweepstakes at doon sangdagsa rin ang nagtitinda ng Sweepstakes.

Ipinagdasal niya sa Nazareno na sana ay bigyan sila ng suwerte – siya at ang kanyang kapatid na si Justina. Naaawa siya sa kalagayan ni Justina. Ang kapatid ay ipinagdaramdam ang pag-iisa. Nasa Amerika ang asawa niyang si Tom. Doon ay ipinadala ng gobyerno ang Tom bilang iskolar. Marubdob ang pagnanasa ni Justina na magkaroon siya ng pera upang makasunod sa Amerika at makapiling ang asawa. Nguni't ang pagnanasa ay tiyak na kabiguan ang kahahantungan sapagka't mahirap isipin kung saan maaaring manggaling ang pera.

Maniwala ka't hindi, ang tiket na binili ni Miguela sa Quiapo ay nanalo, at ang panalo ay sapat na naibili niya ng tiket sa eroplano ang kapatid, napadala niya siya sa Amerika na may pabaon pang karagdagang halaga para sa kanyang panggastos doon.

2.

Siya ay naging mayor ng Maynila. Nagkaroon ng dayaan sa pagbobola ng winning numbers sa Philippine Charity Sweepstakes Office. Nagkaroon ng imbestigasyon at ang nasabing mayor ay napabilang sa komite na magsisiyasat sa di pangkaraniwang pangyayari. Talagang napakakomplikado ng paraan ng pagpili ng mga nananalong numero. Masasabing imposible na magkadayaan. Nguni't sa kasong nasabi, malinaw na nagkaroon ng dayaan. May mga empleado na kabilang sa pangkat na nagpapaandar ng tambyolo ang nagsangkutan upang magawa ang pandaraya. Kung sino man ang salarin ay nag-ipit ng mga bola sa kanyang kamay at ipinalit iyon sa mga bolang inilabas ng tambyolo at dahil sa kasangkot ang ibang taong naatasan sa pagbobola ay wala ni isa man na nakakita sa pagpapalit ng mga bola.

Sa panahong isinasagawa ang pagsisiyasat, bumili ang mayor ng isang booklet ng Sweepstakes doon mismo sa oficina ng Sweepstakes. Maniwala ka't hindi, nanalo ng first prize ang tiket ng mayor!

-- Foul! Lutong macaw! -- Sabi ng mga komentarista sa dyaryo at TV.

-- Isauli ang pera! -- Sabi nila.

Sabi ng mayor: -- E bakit ko isasauli e malinis naman ang pagkapanalo ko. E kung ako'y sinuwerte anong magagawa ko? --

3.

Si Juanito ay pinsan kong makatatlo. Kahawig niya si Charlie Chaplin. Payat, may bigote at malalaki ang sapatos. Di siya nakapag-asawa, naging matandang binata. Walang magkagusto kay Juanito dahilan sa kanyang ayos. Pagtatawanan mo si Juanito pag nakita mo.

Nguni't malungkot ang kasaysayan ni Juanito. Malaki ang lupain nila sa Pangasinan. Nakaaangat sila sa buhay noon. Nang dumating ang digmaan at lumusob ang mga Hapon, sa Pangasinan ay napagkamalang guerilla ang kanyang mga magulang, at kaisa-isang kapatid; ang buong pamilya niya ay pinatay ng mga sundalong-Hapon.

Matagal na naging tulala si Juanito. Inampon siya ng magulang ko at nang magka-edad at magkahanapbuhay ay nagpasiyang mamuhay na sa kanyang sarili. Bagama't malimit pa rin siyang pumapasyal sa aming bahay.

Nagkaroon ng tama ang utak ni Juanito dahilan sa kanyang malungkot na karanasan. Nagtatawa siya at nagsasalita kahi't na nag-iisa. Naging mahilig siya sa pagbabasa, lalo na ng dyaryo. Ang isang dyaryo ay maghapon niyang binabasa at pagkatapos ay itinatago upang basahin muli sa ibang araw. Siya ay di mahilig kumain. Kape at sigarilyo at dyaryo sa maghapon ay ayos na sa kanya.

-- Juanito, kinakabisa mo ba ang dyaryo? -- Malimit na tanong sa kanya ng tatay ko.

Nakitira siya sa isa pang tiyo. Minsan nang bisitahin ko siya ay nakita ko ang kanyang kuwarto na punung-puno ng mga dyaryo na ang karamihan ay naninilaw na. Sa totoo ay napakarami ng dyaryo doon sa bahay ng tiyo niya. Iyon pala ay namumulot at namimili ng lumang dyaryo ang tiyo ni Juanito at iyon ay ginagawang supot o pambalot ng paninda sa mga tindahan. Ipinagbibili ang supot o pambalot sa mga negosyante sa palengke at iyon ang kanyang ikinabubuhay. Ang dyaryo ay materyales sa paggawa ng supot, maliban lamang sa mga dyaryo na nakabukod at nakatago sa kuwarto ni Juanito. Off limits ang mga iyon.

Addict din sa Sweepstakes si Juanito. Tuwing Linggo ay may tiket na panglaban siya.

-- Aanhin mo ang maraming pera? – Pabiro kong tanong kay Juanito.

-- Kung marami akong pera ay iibigin ako ni Gina Lollobrigida. – Si Gina Lollobrigida ang crush niya.

Minsang naroon ako sa bahay ni Juanito ay may hawak siyang dyaryo sa isang kamay at isang tiket ng Sweepstakes sa kabila. Tinitingnan niya kung nanalo ang tiket niya. Maya-maya ay naglulundag siya at nagsisigaw.

"Nanalo ako! Nanalo ako!" Tuwang-tuwa si Juanito sa nakita.

Lumapit ako at sinilip ang tiket, bago napangiti ako. Sabi ko sa sarili ko, -- talagang hibang itong si Juanito! –

-- Juanito, luma ang tinitingnan mong tiket. Petsa Abril 17, 1960. Hunyo 19 na ngayon! – sabi ko sa kanya.

-- Nanalo ako! Nanalo ako! – pinagpilitan niya na parang di narinig ang sinabi ko.

-- 'Insan, nahihibang ka ba? Petsa Abril 17, 1960 ang tiket mo. Hunyo 19 na ngayon! – ulit ko pa.

Sabi ni Juanito, -- Ikaw ang hibang, 'insan. Itong dyaryong binabasa ko, petsa Abril 17 din! –

Percival Campoamor Cruz

Marya Makiling

By Percival Campoamor Cruz

The old man limped toward the garden patch in front of his humble house. It was the time before dawn and soon her daughter would be coming back. He sat in a reclining chair made out of balete wood and savored the fragrance of the dama de noche which sweet fragrance wafted in the air only at night.

He could hear the soft rustle of dried leaves coming from afar and thought it was she coming. She would have beer for him, some fish, maybe.

He ate some bananas from the backyard tree yesterday. He picked out some tomatoes and a few pieces of kalamansi from the garden patch and made a concoction of a juice for himself. He had to be on his own for the most part, although he knew he could depend on his daughter for help when the chore became more difficult.

Tandang Berong used to be the master of his own jungle kingdom in the mountain. Now he was old and blind. His survival depended on his only companion in life, daughter Marya.

He fought the Japanese as a guerrilla in the very mountain where he presently lived. Japan had dreamt of extending the Empire of the Rising Sun all over Asia. Kamikazes attacked Pearl Harbor by surprise and provoked the Americans into a big war that ran all over Asia, including the Philippines. Tandang Berong and his group of one-thousand men were farmers turned soldiers in defense of the Philippines' freedom.

Mount Makiling, the Philippines' Mount Parnassus, was never dishonored by the Japanese, thanks to the fierce defense set up by Tandang Berong and his men. Makiling was a majestic mountain-volcano visible from the big city of Manila. From afar it looked like a sleeping maiden whose long hair flowed on verdant fields across the plain. It was a sleeping giant, indeed, an inactive volcano that was quiet in its outward appearance but whose interiors were cauldrons of superhot lava and steam. It spewed hot spring water into the outlying towns whose inhabitants thought it wise to build pools and spas and make the hot mineral water a treat and a business for visitors to enjoy; thus, one of the towns at the foot of Mount Makiling was called, Los Banos, The Baths.

Philippine national hero Jose Rizal edified Mount Makiling, like Parnassus in Greece, as the home of the goddesses who gave poets and artists the inspiration and the power to be creative. Rizal lived not too far away from Los Banos, in a town called Calamba. It was probably upon the invocation of the Makiling goddesses that Rizal was able to write his monumental novel, "Noli Me Tangere", and poems. Who knows?

Rizal, as well as, the people knew the legend – that there was a beautiful maiden who lived in the revered mountain and her name was Maria. Hunters who tried to explore the mountain became lost and they were led back on the right track by a beautiful young woman. It was believed Maria took care of the mountain and the animals that roamed around it. She made sure the forest and the waters were clean. Long, long time ago before care for the environment became a worldwide aspiration, Maria Makiling, as she was fondly called by Filipinos, was already working as nature's best friend.

General McArthur and the American forces came to the Philippines and threw out the Japanese. The liberated Philippines began rebuilding and the government compensated the guerrillas. It was not an equitable compensation though; for instance, many of the farmers were not given back their lands. Tandang Berong and his men decided to keep their arms and continue fighting for justice, this time against the very government that they had defended.

They were soon branded as communists and Mount Makiling became a bloody war zone between the government soldiers and Tandang Berong's holdouts. Tandang Berong's men were either killed, one by one, or lured to the big city after getting fed up fighting. In the end, there were only Tandang Berong and his daughter.

The government knew what had happened to Tandang Berong. He became a defeated man, a broken man, destitute and blind. Out of compassion the government just left him alone.

Marya, Tandang Berong's daughter, worked as an entertainer in one of the cocktail lounges at the foot of the mountain. She told her father she was working as a cashier in a resort hotel, but she lied; she took on a demeaning job for a purpose. That was why she had to work at night.

When she found the opportunity, Marya took long walks around the mountain, which she knew so well. The deer and the birds and other animals followed her or gathered around her to listen to her stories. She cuddled them and gave them water. Was she the reincarnation of the goddess spoken of by Rizal or was she the same person, ageless and destined to live forever?

She gathered food and cooked for her old father. She washed his clothes in the spring running by their house. She held his hand and guided him around the mountain whenever he wanted to take long walks. Sometimes, she sat down beside him to read the latest news.

Marya was a beautiful young woman who gave up the prospect of a good life in order to take care of her father. She had met men of high education and good means who had offered her marriage but she turned them down. Tandang Berong lost his wife, Marya's mother, during the height of the armed resistance against the government. She got shot and died in an encounter with the government soldiers. Marya had vowed never to leave his father alone.

The heights of Mount Makiling was a place of honor, a place for everything that was endearing -peace, beauty, honesty and nobility. It was a sanctuary that survived the onslaught of progress and all the evils that came with it.

Life at the foothills was competitive. People had to struggle daily and fight for jobs, food, space, and survival itself. Money was available to the fit and the strong; the clever and the hardened; those who had a value to offer; in the case of Marya, her youth, beauty and idealism.

She was so pure and beautiful and yet she needed to comingle with people of questionable character. The manager at the cocktail lounge where she worked had asked her not to discriminate. Every character who passed through the cocktail lounge's doorway was a valuable customer who needed to be cajoled and given good service.

One of the workers at the cocktail lounge was Dante. He was a bouncer, a bodyguard. He took care of calming down or throwing out rowdy customers. He led a double life: That of a bouncer and that of a spy for the communist rebels. In fact he was No. 5 on the most wanted list of the military.

He passed on information to his comrades that enabled them to know the leadership and the movements of government troops. Just recently he fed information that led to the ambush and killing of a top general. Two comrades riding on motorcycles shot the general while he was driving in his car. The general, some kind of an intelligence officer, was known for torturing his captives.

Unknown to their co-workers, Marya and Dante were sweethearts. They watched out for each other. At the end of work, at the break of dawn, Dante always trailed Marya on her way home making sure she made it safely to her father's abode at the mountain.

In a country made poor by corruption in the government, idealists took up the cudgel for the poor and powerless people. The ideological divide was frequently discussed in the media. Politicians and their families waged lives and wealth to be elected into office. Once entrenched in office they had to pay themselves back. They became political dynasties that sucked up the nation's wealth, managed public funds in self-serving ways; and they hanged on to power for decades by way of maintaining dishonest elections and private armies and helping themselves to the nation's coffers. It took radical measures on the part of the idealists to effect change, for elections and media exposes were not effective enough, like going underground, engaging the police and soldiers in battles, and plotting and executing assassinations.

The generals, corrupt themselves, took pleasure in having enemies, particularly, dissidents who rebelled against the government. The more battles there were to fight, the more funds there were for the generals to manipulate.

Dante's brother was a student in the university who the military arrested, tortured and killed. He was a student leader who participated in many of the uneven battles on the streets between unarmed students and armed police and soldiers. Dante joined the underground people's army in order to avenge the death of his brother.

Marya was the daughter of militant parents. Outwardly she was the picture of calm and beauty. Inside her being, Marya was a hardened warrior princess who wanted revenge for the death of her mother and the countless soldiers of his father who had been killed by the government military.

It did not take long for the military to cast suspicion on the characters of Marya and Dante. They became the objects of surveillance. One early morning when the couple was heading for Marya's home, Dante sensed that they were being followed.

"Our disguise had been unmasked. The soldiers are going to kill us," Dante whispered to Marya.

Marya knew the forest very well. She led Dante to a safe cluster of bushes and waited for their pursuers there. When the shadows of a band of seven soldiers became visible, Dante aimed his AK47 at the shadows and started shooting. Then the couple ran up to the mountain house where Marya lived. Now they needed to leave immediately and take Tandang Berong along with them.

Tandang Berong had expected that Marya would be home, like in the past, worry-free and bringing goods for him. It was a different circumstance this time.

"Mang Berong, we have to go," Dante hurriedly broke out the news. "The soldiers will be here soon to kill all of us."

Marya in the meantime picked up a few things in the house and got his father ready for the flight.

"Go, my dear son. Go Marya. I will stay." The old man spoke.

"My days will soon be over. I choose to die in this mountain. You're both young and just starting out, you both deserve a future. You have places to see, things to do. Go, now and worry not for me. You don't need an old man to slow you down. I won't make it, anyway. I'm better off here." The old man continued.

Daughter and father, committed to each other forever, were seeing the end of a noble bond. A tragic life made beautiful by the majesty of the mountain was coming to a denouement; or, was it a mountain of tragedy made beautiful by the majesty of the daughter-father's noble life? As the impasse was going on between the daughter who needed to live on for reasons embedded in her heart and the father who knew he had reached the climax of a valiant existence, a quick rumbling sound was heard and the surrounding was suddenly enveloped by a thick cover of dust or smoke. Marya, Tandang Berong and Dante vanished when the cover settled down.

Did the soldiers rolled by in tanks and snatched the three uncertain individuals?

Did an earthquake or avalanche just occur?

Did a horde of animals materialize at the scene and spirit away the important persons? Did the animals want to rescue their caregivers and take them to a sanctuary deep in the heart of the forest where the beloved characters could have a safe and well-provided existence. The startling event occurred so lightning fast that in a few moments the solitary house in the mountain stood quiet and eerie in the dark.

Maria, the priestess of the forest, the nymph of Mount Makiling in the person of Marya, vanished. . . to appear, perhaps, in another generation. The legend of Maria and Mount Makiling lived on.

Pasasalamat sa http://www.etravelpilipinas.com

Percival Campoamor Cruz

Natagpuan Ni Igme Ang Hinahanap

Ni Alberto Segismundo Cruz

(Bulaklak, Miyerkoles, Abril 7, 1948)

Sa inianak na talagang makata, ang buhay ay isang pangarap lamang. Nguni't sa kaluluwang nabubuhay sa katotohanan, ang buhay ay walang katapusang pagpapakasakit.

I.

Si Igmidio Karaingan ay hindi makikilala, saan mang pook na kanyang kinatitirahan kundi sa bansag na "Igmeng Bulong". Naglalakad man siya sa lansangan ng Pandakan, sa karurukan ng katanghalian ay hindi nawawala sa kanya ang ugaling "pagtingala sa langit at pagbubulong-bulong". . .

Ipinanganak si Igmidio Karaingan (alias Igmeng Bulong) sa isang panig ng Pandakang nababasa ng tubig ng isang sanga ng Ilog-Pasig. Walang sino mang makapagpatunay kung sino ang mga magulang ni Igme. Gayon din naman, walang sino mang makatiyak kung

Percival Campoamor Cruz

siya ay nakakita nga ng unang liwanag ng araw sa Pandakan. Nguni't siya, si Igmeng Bulong, ang paulit-ulit na nagpapaliwanag na siya ay isang tunay na taga-Pandakan at "apo" ni Balagtas, diumano.

Si Igme na masasabing "taga sa panahon" at sumapit na sa gulang na dapat humirang ng isang "makakasalo sa ligaya at makakahati sa kalungkutan" ay malimit na magpaliwanag sa mga katalamitan niyang mga binata at dalagang nagsisibuo ng samahang "Panitik Pandakan", noon, na si Balagtas ay nagparaan ng katanghalian ng kanyang buhay-makata sa Pandacan, bago sinapit ang dapit-hapon ng kanyang palad sa Udyong, Bataan. Ipinabatid din niya, at paulit-ulit na sinasabi, na ang kanyang "ama" ay nakamana ng "galing" sa pagtula kay Balagtas at ito, diumano, ang nasa kanya ngayon, kaya't ano man ang mangyari, ay "ipagtatanggol niya ang kudyapi ng kanyang nuno laban sa sino mang ibig na humamak nito".

Nguni't hindi ito ang nakatatawag ng pansin kay Igme. Siya, ay masasabing "nabuhay", noon na walang iniwan sa kanyang itinuturing na nuno. Isinaloob niya na "karugtong siya" ng buhay ni Balagtas at siya ang "nagpapatuloy" sa mga hakbangin nito. Sa iisang kataga, ipinangalandakan niya at pinatutunayan sa gawa na siya ay halos si Balagtas na rin - sa kabuhayan, sa pagka-makata at sa mga gawi at ugali nito, gaya ng inilalahad ng mga mananalaysay ng buhay ng Dakilang Makata ng Panginay. Pati hati ng buhok, pati pamamaraan sa pagdaramit at pati ugaling hindi pangkaraniwan, na isinisiwalat ng mga mananalaysay ng buhay ni Balagtas ay tinularan ni Igme upang maging karapatdapat siyang "apo" ni Balagtas o ng nasirang "Diwang Tagapagtaguyod ng Tulang Tagalog".

II.

Nguni't ang lalong kagilalasan sa buhay ni Igme ay masasabing "nangyari", nang magpasiya siyang "tuntuning muli" ang mga bakas ni Balagtas buhat sa Panginay hanggang sa Tundo; buhat sa Tundo hanggang sa Pandakan; at buhat sa Pandakan, hanggang sa Udyong na "kinalubugan ng araw ng kanyang palad".

Nagsimula si Igme sa Panginay na para bagang siya ay kumita ng unang liwanag doon. Humawak siya ng panitik at lumalang ng mga tula, alinsunod sa balangkas at pagkakayari ng kanyang sinasabing "nuno", at pagkatapos ay gumala-gala at nagtiis ng kahirapan sa loob ng ilang taon sa nayong Panginay, hanggang sa siya ay mawalan na ng pag-asa upang manatili pa roon. Pagkatapos ay lumipat siya sa Tundo, at sapagka't nabalitaan niya na si Balagtas ay nakipag-kaibigan kay Maestrong Huse (Huseng Sisiw) sanhi sa karunungan nito at malaking kaalaman sa pagtula, pinagpasiyahan din naman niyang ipagtanong kung sino ang pinakamahusay na tumula sa tinurang pook. Isang binata na mapagbasa ng mga pahayagan ang nakapaghimatong sa kanya na hanapin niya ang isang nagngangalang Eryong upang doon ay paturo, at magpadalubhasa sa pagtula.

Nakatagpo niya ang kanyang hinahanap, at sapagka't ito man ay nagpapanggap ding "isang apo sa tuhod ni Huseng Sisiw", kaya't nagkawatasan sila agad. Sa maikling pagsisiwalat, si Igme ay naging isang alagad sa "paaralan" ng tula ni Eryong at ito naman ay naging masugid na alagad sa pagtula at naging kasakasama pa ng guro sa pagtula sa Tundo.

Sa ilang taon ay namuhay sila ng "magkabiyak na bunga", magkasama sa lahat ng lakad, sa mga dupluhan, sa mga lamayan sa patay, at sa mga binyagan at dasalan. Kung hinihilingang tumula si Eryong, ang tumutugon ay si Igme, nguni't kung sa larangan ng duplo naman ang guro na ang humaharap, lalo na at may magagandang "bellaca" sa larangan ng pagpapakislapan ng talino o sa biglaang paghahanay ng mga pangungusap.

Nguni't ang katamisan ng kanilang pagsasama ay humantong sa wakas, nang mapaghalata ni Eryong na ang kanyang kaibigan ay nakagigiliw din sa isang dalaga ng purok na matapat niyang pinipintuho, nguni't pamimintuhong "hindi man lamang nasisinagan ng bahagyang pag-asa".

—Mabuti na sa atin, — ani Eryong, — ang magkalayo. Maghiwalay tayo ng landas, sapagka't mahirap ang mabuhay at magtagumpay nang magkasama.

—Aking guro, — ani Igme— walang hindi ako

masusunod, yamang talagang dapat na magpatuloy ako sa Pandakan, matapos na matupad ko ang kabanata ng dula ng aking buhay sa Tundo. Kaya't, si Igme ay natagpuan na lamang at sukat ng taga-Pandakan sa isang panig ng kabayanan, sa tabi ng iisang sanga ng Ilog-Pasig. Bagaman may mga nakatatanda na siya ay talagang taga roon, may ilan pa ring nagaalinlangan, kaya't lubhang malakas ang kanyang loob na magsabi na "ako ay taga-Pandakan, sapagka't talagang tubo ako rito at sa Tundo, pagkatapos."

III.

Sa Pandakan, pinilit ni Igme na makatagpo ng isang mapipintuho. Kailangan nga naman na siya ay makatagpo roon ng isang Bagong Celia, katulad ng nakasintahan ng kanyang "nuno". Unang ginawa ni Igme ay ang magsadya sa Ilog-Beata at sa panig ng Pandakan na may malabay na puno ng mangga, upang doon ulitinang mahahalagang tagpo ng pakikipag-ibigan ng kanyang nunong si Balagtas.

Itinadhana man din ng isang magandang pagkakataon, si Igme ay nangyaring makipagkilala kay Celia, sa maganda at kapintu-pintuhong si *Sela* na siyang itinuturing na "Mutya" ng "Panitik Pandakan".

Si Sela ay talagang maganda, at sang-ayon sa mga binata na rin, "noon lamang nagdaang Mayo, tumuntong sa ika-16 na tag-araw ang dalagitang ito".

Patay na patay sa pamimintuho sa dalaga si Igme. Kung ito ay dumadalo sa pulong ng kanilang kapisanan, si Igme na ang unang nagmumungkahi sa pangulo nila na magkaroon ng maikling palatuntunan upang maiparinig ang kanyang tulang himig "Kay Celia".

Si Sela naman, palibhasa'y nasa kabataan pa, ay naniwala na "apo" nga ni Balagtas si Igme, at nahikayat at sumuyo sa binate nang buong katapatan. Sa kahilingan ni Igme, si Sela ay malimit na sumama sa binata sa pagtatampisaw sa Ilog-Beata kung tag-ulan; sa pagpaparaan ng kainitan ng panahon sa malabay na puno ng mangga sa isang bahagi ng pampang ng ilog, kung tag-araw, lalo na kung Mayong mabulaklak at ma-tutubi ang pampang ng ilog. Ano pa't si Igme, sa sariling pagbabalak, ay nangyaring makatupad sa bahagi ng dula ng pag-ibig ni Balagtas sa panig na yaon ng Pandakan.

Nguni't habang lumalaon, si Sela ay naging matalino at nawawatasan kung ano ang tunay na kahulugan ng "mabuhay". Napagkilala niya na hindi maaaring sila ay mabuhay na lamang ni Igme sa pangarap. "Bukod dito ay lagi nang tumatanggap ng pangaral si Sela sa kanyang ama, na "kung hihirang din lamang ng mapapangasawa, ay hirangin na ang isang may hanapbuhay at makatatangkilik pa sa kanilang mag-anak".

Dahilan sa mga kabaguhang *ito* sa kabuhayan at pagkukuro niSela, dumating ang isang dapit-haponna ibinulalas niya kay Igmena "siya, si Sela, ay kailangannang lumimot at limutin". Noonnaman si Igme, sa halip na magdamdam,ay natuwapa at sinabisa sarili ang ganito:

— Diyos ko! Talagang matutupad ko yata ang pinagdanasan ng aking nuno. Sawi siya sa pag-ibig. Ako man ay sawi rin at pinagliluhan ng gandang ito! --

Gayon na lamang ang panggigilalas ng dalaga. Kaya't simula na noon, hindi lamang ang tulang himig "Kay Celia" ang binigkas-bigkas ni Igme, kundi ang tunay na tula na ring iyon ng Makata ng Panginay ang kanyang isina-ulo at naging binubulong-bulong sa maraming pagkakataon, bagaman nag-iisa sa paglalakad.

Isang malabiga ang nagsumbong sa mga maykapangyarihan na siya ay isang baliw at mapanganib. Ito agad ang naging tuwirang dahilan ng kanyang pangingibang-lalawigan, hindi nagtagal. Dito natapos ang kabanata ng buhsy ni Igme sa Pandakan!

Sa pamamagitan ng pag-utang sa ilang kaibigan ay nakapag-ipon nang may sampung piso si Igme, upang makatawid sa Look ng Maynila at makarating sa Bataan.

—Kailangan ko ang makarating sa Udyong! — ang laging nasasabi sa sarili ni Igme, nang siya ay dumating na sa Maynila at samantalang siya ay nagpaparaan pa ng ilang araw sa iba't ibang panig ng siyudad.

Percival Campoamor Cruz

Sa di-kawasa, sumapit din ang araw at nakapagtawid-look si Igme hanggang makarating ng Balanga. Buhat dito ay nag-inot-inot na siya hanggang sa makasapit sa Udyong. Doon, ang unang ginawa niya ay ang humanap sa ilang ibinabalitang "kamag-anakan" ng nasirang Makata ng Panginay at doon nakipanirahan.

Sa pasimula ay inibig niya ang sumama sa mga magdaragat upang makakita nang kaunti at nang may maipagtawid-buhay. Sa kagandahang-palad naman ay nakatagpo siya ng isang pangkat ng mga mangbabating at siya ay ipinagsama. Sapagka't si Igme ay mabuti rin namang makisama, kaya't nakagiliwan siya ng lahat. Malimit siyang bumigkas-bigkas ng tula samantalang lahat ay gumagaod na patungo sa karagatan, sa may bungad ng Pulo ng "Kalabaw". Nanatili siya sa kanyang hanap-buhay na ito hanggang sa makilala ang isang dalagang anak ng isa sa matatandang mangingisda sa pook na yaon.

— Sinasabi sa kasaysayan ng aking nuno, — pabulong na nasabi ni Igme sa kanyang sarili isang hapon, — na dito siya nakapag-asawa. — Samakatuwid ay dito na rin ako dapat magpakasira. --

Hindi naglaon at nang makapagtipon-tipon na nang kaunti si Igme ay naglingkod na mabuti sa matandang mangingisda hanggang sa maipagtapat dito na nais niyang makaisang-palad ang anak na dalaga nito na kanyang nililigawan.

— Ikaw ang bahala, — sabi ng matanda. — nguni't dapat mong mabatid na lubhang bata kaysa iyo ang aking anak. Kung maitataguyod mo ang kanyang nais at mapatitiwasay at mapaliligaya mo siya ay ikaw ang bahala.

Nangyari ang inaasahang mangyari sa buhay ni Igme. Nakapag-asawa, kaya't lalo siyang nagsikap upang makakita. Nguni't, nang matagal na siya sa pangingisda at nang magkaroon na ng bunso, noon niya naliwanagan na "kabaliwan lamang" pala ang kanyang ginagawang pagtupad sa dula ng buhay ng kanyang itinuturing na nuno.

Hindi na nangyaring sundan pa niya ang mga bakas ng nuno niyang si Balagtas, samantalang ito ay nasa Udyong sapagka't nawalan na siya ng panahon sa "pagkakatali" sa kanyang tungkulin sa pangingisda at sa kanyang pamilya upang maitaguyod ang "buhay at pag-ibig ng Makata ng Panginay" sa isang ganap na kasaysayan.

— Balagtas, hindi ako baliw, kahi't itinuring kitang aking nuno! Ang nasambit niya, isang hatinggabi samantalang siya ay natutulog.

Nang pukawin siya ng kanyang may-bahay, sa panganib na baka siya binabangugot, si Igme ay pumungas-pungas na nagtindig at nagsabi:

— Karya, iyan talaga ang "laman ng aking dibdib".

Percival Campoamor Cruz

Kung di sa kabaliwan ko, na tularan ang buhay ni Balagtas ay hindi sana kita napangasawa. –

Ano ang ibig mong sabihin?

—Mahaba ang kasaysayan. Sukat nang sabihin ko sa iyo na "tinularan ko" angpamamaraan sa buhay at pangingibig ni Balagtas buhat sa Panginay hanggang sa Tundo; buhat sa Tundo, hanggang sa Pandakan; buhat sa Pandakan, hanggang sa Udyong.

Samakatuwid, ay hindi mo talagang layon ang manatili at maghanap-buhay dito? — tanong ng kanyang maybahay na pinamulan ng mukha.

— Iyan ang katotohanan, nguni't, ngayon ay "hindi na ako nabubuhay sa pangarap". Hindi maaaring ako ay magpatuloy sa "buhay-Balaglas", sapagka't ako ay may tungkulin na sa Diyos at sa tao.

—Samakatuwid ay dumating ka na sa mapait na katotohanan sa buhay mo?

— Oo, Karya, nguni't hindi ako nagsisisi. Iba pala ang magbuhay-Balagtas at iba naman ang mabuhay ng totohanan.

— Talaga, Igme, magkaibayong talaga ang pangarap at katotohan.

At si Igme ay napatindig na tuloy, sapagka't inabot na sila nang madaling-araw sa pag-uusap at iba pang bagay hinggil sa kanilangg buhay at hinaharap.

Si Igme na naging kilala nang mangingisda sa Udyong ay laging nakapagsasabi sa mga kaibigan at kapalagayang-loob niya ng ganito: *'Talaga, palang sa Udyong lulubugan ng araw si Balagtas!*

PRINSIBINI Malaya ni ALBERTO Segismun... **CRUZ**

ILAN pang daang taon bago naitirik ni Fernando de Magallanes ang Kurus sa maliit na pulo ng Homonhon, Sugbu, noong ika-19 ng Marso, 1521, ang *Maynilad* ng *Lusong* ay isa nang pook ng kabuhalaghan. Ang nagaganap at maaaring mangyari nang panahong iyon ay mahirap kundi man sadyang hindi maisagyayari o magaganap sa kasalukuyan. Ang mga tao'y lubhang malapit ang loob kay Bathala, kaya't ang nilang buhay ay pangkaraniwan: hubad sa karangyaan at sadyang walang hilig sa pagmamakisig; sadyang hindi nakawawatas sa halaga ng ginto, sapagka't ito'y hindi ginagamit na katulad ng *pagkilala* natin ngayon na may gulang sa kanilang mga anak.

Sa pook na itong pinagpala ng Tadhana't pinagyaman ng Katalagahan, ang kalalakihan, kung di man mangingisda'y maninisid ng perlas, at nangdarayo sila sa layuning ito hanggang sa karagatan ng Timog at sa bughaw na Selebes. Ang kababaihan dito, kung di man manghahabi'y mga inang uliran ng tahanan, na ang buong maghapo'y iniukol sa kanilang mga bunso at sa mga gawaing pantahanan. Ang mga tahanan nila'y yari sa murang kawayan at atip na kugon saka nangabababakuran pa ng buho.

Pinakatanod wari ng baybaying *Ma-nilad* ang nagtatayangang niyog na ang mga daho'y walang iniwan sa lungtiang bandilang...

Sa malawak na pasigan ay napatatangay sa agos ang mga isda't hipon, bukod sa laging masaganang huli ng mga anak-dagat o mangingisda. Sa ilalim ng kabuhuraka'y mahuhukay ang mga laraka'y mang-dagat at kabibing malinam-...

...ang malinamnam at manamis-na-mis na talabang kung magkaminsan pa'y kinatutuklasan ng mutya sa diu.

Sa lipunan ng kahariang ito'y masasabing pantay-pantay ang lahat. Walang itinuturing na makapangyarihan, mayaman o pantas, sapagka't ang kabataa'y kumikilala sa katandaan at tu-mitimbala sa katotohanang taglay sa katauhan ng matatanda ang kadakilaan ng kaluluwa at biya-...

...yang-buhay na malinis ni Bathala. Dahilan d pagkakapatira'y siyang sagisag ng sangkaharian pagkapatirang ito'y lal higpit ang buklod na pag-kalaan silang magsalo sa maghati sa hilahil; lu kaligayahan at humala kalungkutan; at magp sa pagtatanggol ng ka ng Tinubuan, mayroon mang gantimpalang r ito.

Sa kamusmusan pa la mga bata ng *Ma-nilad* a san sa silang magmah nilang matatanda at sa kanilang mga mag itinuturing na kanilang hala sa lupa. Sinasanay man sila sa mahirap na pangingisda o pani perlas at pinagtuturing sa pakikipagharnok sa ting at iba pang damb karagatan. Gayon din n panahon ng kabataa'y sila ng kanilang mga mulat sa pananuraang sa paggamit ng gulok, palaso, bukod pa sa pag matatayog na punong-pag-indayog sa mga b kagubatan.

Ang kababaiha'y ma rin namang katangiang ng matandang kaugalia hubog sa palihan ng dang kaisipang kaugn ning. May matatandam guro sila sa paghahabi mantalang bumahabi daliring kinandila sa hang yari sa kawayan nipis na kahoy na kauri sina, ang kanilang m labi'y parang nangagb lulot ng klabel na gaga sa pag-awit. kundi Ayayiy ng Lutukani na pinagbubuhatan ng mga nota ng *kumintang* o t

"Hindi sukat ang mga lalaki sa isang lupain. Ka ilangan ang magpaka-lalaki at magpaka-bayani!"

kaukulang hainga sa ating kabuhayan.

Ang *Mo-nilad* na ito'y isang kaharian ng mga kayumanggi. Ang kapangyarihan'y na kay Lakan-Ilog at kay Dayang-Dayang Lakambini, nguni't ang kapangyarihang ito'y hindi nadarama ng kanilang nasasakupan sa dahas, lakas o mabalasik na pasiya kundi sa mabuti't kagiliw-giliw na pasunod ng kauri ng sa mga naakikipagkawayan sa mga layag na kayumanggi ng mga mangingisda. Ang mga puno ng sa-ging ay sagana, gaya rin naman ng pagkakalaganap ng lagwerta, dulot ay isa nang biyayang tunay sa panig na ito ng daigdig. Da-hil dito, ang kasaganaa'y laganap din, at pag nakapamulaga na ang Haring Luningning, sa Sila-nganay laganap na rin ang awa", samantalang sa dako ng tabang ng Ilog ay madarampot...

Prinsibini Malaya

Ni Alberto Segismundo Cruz

(Balaghari, Abril 3, 1948)

"Ang kabayanihan ay isang mataas na uri ng karangalan, na noong unang dako man ay siya ring lagi nang ipinambibihag ng mga Kaharian at ng mga puso ng maririlag na Prinsesa."

Ilan pang daang taon bago naitirik ni Fernando de Magallanes ang Kurus sa maliit na pulo ng Homonhon, Sugbu, noong ika-19 ng Marso, 1521, ang Manilad ng Lusongay isa nang pook ng kababalaghan. Ang nagaganap at maaaring mangyari nang panahong iyon ay mahirap kundi man sadyang hindi mangyayari o magaganap sa kasalukuyan. Ang mga tao'y lubhang malapit ang loob kay Bathala, kaya't ang kanilang buhay ay pangkaraniwan: hubad sa karangyaan at sadyang walang hilig sa pagmamakisig; sadyang hindi nakawawatas sa halaga ng ginto, sapagka't ito'y hindi ginagamit na katulad ng pagkilala natin ngayon na may kaukulang halaga sa ating kabuhayan.

Percival Campoamor Cruz

Ang Manilad na ito'y isang kaharian ng mga kayumanggi. Ang kapangyariha'y na kay Lakan-Ilog at kay Dayang-Dayang Lakambini, nguni't ang kapangyarihang ito'y hindi nadarama ng kanilang nasasakupan sa dahas, lakas o mabalasik na pasiya kundi sa mabuti't kagiliw-giliw na pasunod ng kauri gaya ng turing ng magulang sa kanilang mga anak.

Sa pook na itong pinagpala ng Tadhana't pinagyaman ng Katalagahan, ang kalalakihan, kung di man mangingisda'y maninisid ng perlas, at nangdarayo sila sa layuning ito hanggang sa karagatan ng Timog at sa bughaw na Selebes. Ang kababaihan dito, kung di man manghahabi'y mga inang uliran ng tahanan, na ang buong maghapo'y iniuukol sa kanilang mga bunso at sa mga gawaing pantahanan. Ang mga tahanan nila'y yari sa murang kawayan at atip na kugon saka nangababakuran pa ng buho.

Pinakatanod wari ng baybaying Manilad ang nagtatayugang niyog na ang mga daho'y walang iniwan sa lungtiang bandila na kayumanggi ng mga mangingisda. Ang mga puno ng saging ay sagana, gaya rin naman ng pagkakalaganap ng lagwerta, na ang bungang-kahoy na idinudulot ay isa nang biyayang tunay sa panig na ito ng daigdig. Dahil dito, ang kasaganaa'y laganap din, at pag nakapamulaga na ang Haring Luningning sa Silangana'y laganap na rin ang awa, samantalang sa dako ng tabang ng ilog ay madarampot ang malinamnam at manamis-namis na talabang kung magkaminsa pa'y kinatutuklasan ng mutya sa dibdib.

Sa malawak na pasigan ay napatatangay sa agos ang mga isda't hipon, bukod sa laging masaganang huli ng mga anak-dagat o mangingisda. Sa ilalim ng kaburaka'y mahuhukay ang mga lamang-dagat at kabibing malinamnam.

Sa lipunan ng kahariang ito'y masasabing pantay-pantay ang lahat. Walang itinuturing na makapangyarihan, mayaman o pantas, sapagka't ang kabataa'y kumikilala sa katandaan at tumitingala sa katotohanang taglay sa katauhan ng matatanda ang kadakilaan ng kaluluwa at biyayang-buhay na malinis ni Bathala. Dahilan dito, pagkakapatira'y siyang sagisag ng sangkaharian; at sa pagkakapatirang ito'y lalong mahigpit ang buklod ng pag-iisa; nakalaan silang magsalo sa ligaya't maghati sa hilahil; lumuha sa kaligayahan at humalakhak sa kalungkutan; at magpakamatay sa pagtatanggol ng ng karangalan ng Tinubuan, mayroon o wala mang gantimpalang ito.

Sa kamusmusan pa lamang ng mga bata ng Maniladayinaaatasan na silang magmahal sa kanilang matatanda at gumalang sa kanilang mga magulang na itinuturing na kanilang mga bathala sa lupa. Sinasanay din naman sila sa mahirap na gawain, sa pangingisda o paninisid ng perlas at pinagiging dalubhasa sa pakikipaghamok sa mga pating at iba pang dambuhala ng karagatan. Gayon din naman, sa panahon ng kabataa'y sinasanay sila ng kanilang mga taga-pagmulat sa pamamaraang dalubhasa sa paggamit ng gulok, palaso, bukod pa sa pag-akyat sa matatayog na punong-kahoy at pag-indayog sa mga baging ng kagubatan.

Ang kababaiha'y may kanila rin namang katangiang iniaatas ng matandang kaugalian at hinuhubog sa palihan ng magagandang kaisipang kaugnay ng sining. May matatandang babaing guro sila sa paghahabi, at samantalang humahabi ang mga daliring kinandila sa mga habihang yari sa kawayan at sa maninipis na kahoy na kauri ng palotsina, ang kanilang mapupulang labi'y parang nangagbukang talulot ng klabel na gagalaw-galaw sa pag-awit, kundi man ng ayayiy ng lutukan na maaaring pinagbuhatan ng mga nota ng kumintango ng dalit.

Pagsikat na ng araw, ang Manilad ay napupukaw na rin. Nagbabangon ang matatanda, tungo sa kanilang gawain, matapos na makapag-agahan ng gatas ng kambing at ng dinurog na minatamisang mais kundi man ng isang pinakuluan sa tubig na may dahong kauri ng sa abokado nguni't may bango ng sampoy.

Kaya't nang magising naman nang umagang yaon si Malaya, ang bunsong-Dilag ng panahong pinagpala, ay lipos ng sigla ng kabataan at ng ligayang katugon ng kagandahan ng Katalagahang nakapaligid sa kanyang sanghaya. Sa pagkakatayo pa lamang niya sa unang baytang sa itaas ng hagdang kawayan ng kanilang marikit na palasyo ay nasanghap na niya ang pabango ng Amihang nagpapahatid mandin ng mahiwagang bulong ng mga bulaklak-gubat sa pamamagitan ng halimuyak. Kung ano ang tugon ng kanyang puso't ng kanyang kaluluwa sa gayong talinghaga ng nagsasalaysay na Amihan sa mga pangungusap na sadyang inililihim ay siyang mahirap na maturol o mahulaan. Inihakbang na pababa ang mga paa niyang kayumanggi — makikinis at may bahid pa ng rosas ang mga sakong, at sa paghakbang na ito'y lalong hinagkan ng sinag ng maluwalhating Umaga ang kanyang katawang anaki'y sadyang nilalik sa maharlikang damit-prinsibining yari sa lalong mapuputi't malasutlang hibla ng abaka.

Gaya ng dating napagkagawian na, si Malaya'y naglulunoy sa Ilog-Tulawi sa tuwing umagang pantay-mata ang araw sa Silangan. Buhat sa binabaang hagdan hanggang sa liku-likong landas sa tiping damuhang napapalamutihan sa magkabilang dako ng mga nilad, ay iniwan ng Prinsibining Kayumanggi ang kanyang mga yapak upang hagkan naman ng mga paru-parong sa sinag din ng araw ay nagsisipaglaro't nagtitimpalak wari sa kagandahan ng kanilang kulay.

Sa ilang saglit pa'y naglulunoy na ang Prinsibining marilag sa tubig na anaki'y kristal. Wala siyang iniwan sa isang sirenang sa kalinawan ng tubig ay sinasalamin ang sariling dilag, ang kanyang kasibulan at ang yamungmong ng kanyang ika-labing-anim na Tag-araw.

Sa bula ng gugong may pabango ng tibulid at kabuyaw ay lalong pinababango ang buhok niyang anaki'y sa mais; mamula-mula't kulot nang bahagya, kaya't kung gayong basa'y walang iniwan sa nakuyom na watawat ng kabataan. Sa isang makinis na batong busilak na waring hinirang niya sa pampangin ay lalo niyang pinakinis ang kanyang balat na manipis ding katulad ng hinubad niyang kasuutan. Saka, pagkatapos, susuklayin niya ang basing buhok na minsang iwasiwas sa kanyang balikat at kung magkabihira nama'y inihahayang sa hangin upang medaling matuyo; saka siya aahon sa pasigang may bahagyang takip ng anahaw ang maselang na bahagi ng katawang kabigha-bighani, isusuot ang malasutla't maputing damit ng ilang-ilang na may sangkap abaka, magpapabango ng katas ng ilang-ilang na may sangkap na dalisay na langis ng niyog, saka mag-iipit sa pagitan ng tirintas niyang buhok ng dalawa o tatlong bukang nilad, at saw akas, ay isusuot sa makikinis niyang pang may rosas na mga sakong ang sandalyas na yari sa upak ng saha't balat ng niyog, na ang pinaka-dahon ay kuwintas-kuwintas na abakang pinagsalit-salit nang buong ingat at hinusay, daliring kayumangging tagapaglingkod ng Bathala ng Dilag ng Manilad.

At nang maganap na ang kanyang kagayaka'y sinalamin niyang muli ang kanyang mukha't katawan sa pampang ng ilog upang matiyak na hindi magbabago ang ibiniyayang kariktan sa kanya ng Katalagahan at ni Bathala. Datapuwa't sa mga mata niya'y biglang nasisinag ang kalungkutan. Nadarama niya ang kanyang kalagayan - ang pagka-maharlika. Natitiyak niya ang kanyang kaisahan sa gitna ng mapagbiyayang

Katalagahan at kasaganaang dulot ng kapangyarihang mana sa dambana ng kanyang mga magulang. Sapagka't . . .walang sino mang binatang maharlika o aliping lalaking makalalapit agad sa kanyang kinaroroonan. Nag-aalaala, nangangamba, nanganganib, at nalilipos ng alang-alang at pamimitagang walang katulad sa Prinsibini ng Ma-nilad na ipinaglihi ng Prinsesa Lakambini sa dilag at kasariwaan ng mga nilad, na sagisag ng kaharian.

Dahilan dito — maganda man, kasibulan man at kayumangging rosas man si Rosa Malaya — ay lagi ring nalulungkot. Ang ligaya sa kanya'y dalaw lamang ng pagkakataon, panauhin lamang ng guniguni at pansamantalang kislap ng kasiyahan sa puso niyang wari'y may hinihintay nang wala namang hinihintay! Ang musikang nagbubuhat sa plawtang buho ng kanyang mga taga-aliw ay nakayayamot na sa kanyang pandinig: ang kumintangng kanyang mga mang-aawit ay naging tagulaylay na rin ng kanyang bungang-tulog na malimit dumalaw at magpatahip ng dibdib sa buong magdamag; ang lalong masasarap na pagkain at malinamnam na matamis ng niyog at iba pang bungang-kahoy ay namamait na sa kanyang panlasa; at maging ang kasintahan niyang kuwintas ng nilad at ilang-lang na pinagsalit sa hibla ng abakang inilalagay ng kanyang mga utusang ita sa kanyang may gilit at kayumangging leeg ay kinamumuhian na rin niya nang lumaon.

At, ang hapdi ng kalooban at di-maubos-maisip na lihim ng pagdaramdam ng puso'y lalong nagiging malubha't masasabing "patawirin" kung namamasid ang nag-iisang mayang nangungulugo sa hawlang gintong nakasabitsa harap ng kanyang durungawan paharap sa Kanluran. Paano'y napapansin niyang masagana man ang pagkain at dalisay man ang inumin ng maya'y hindi rin nasisiyahan; nakaaawit man, kung sakali'y wala rin ang awit na lalong matimyas at kaakit-akit sa pandinig na katulad ng sa magkasing pipit na pabagtas-bagtas sa bughaw na papawiring naaabot ng pananaw.

Sa katotohana'y naiinip siya nang walang kinaiinipan, namumuhi siya nang walang kinamumuhian; nayayamot siya nang walang kinayayamutan; at naghihintay siya wari sa isang darating na hindi man lamang niya mataya kung sino, kung saang pook manggagaling at kung kalian darating upang humanga, mamitagan at sumamba sa kanyang sanghaya, saka pagkatapos ay umawit ng awiting pinanabikan niyang malaon na sa gayong kanyang pangungulila sa gitna ng kasaganaan, kayamanan, kapurihan, at kaluwalhatiang maituturing ng sino mang kinapal sa balat ng lupa. . .

Isang araw, bago pa lamang nagbubukang-liwayway, ang isang pangahas na mandirigmang dayuhan, ay nangyaring makapamangka hanggang sa kalagitnaan ng ilog sa pinaka-bunganga ng dagat — at makapangubli sa isang tanging panig ng mga kawayanan, hindi kalayuan sa pook na napagkagawian ring tunguhan ni Prinsibini Malaya — sa pook na masasabing pinagpala ng Katalagahan — doon sa ang bughaw ng ilog at puti ng niladay pinanununghan ng Langit.

At gayon na lamang ang panggigilalas at paghanga ng mandirigmang pangahas nang masaksihan ang kagandahan ni Prinsibini Malaya :— kagandahang sadyang pinatatangkilik sa mga biyaya ng Katalagahan. Nawala sa loob ng pangahasna mandirigmang dayuhan ang panganib na napipinto. Nalimutan pati kanyang pakay — ang kanyang layon. Nakaligtaan din naman ang kanyang nais na matiyak kung saan maaaring sumalakay ang mga kawal niya sa lupain ng kasaganaan at katahimikang malaon nang inaasam na makuha at makupkop nila. Balak nilang sumalakay, kinabukasan, o sa lalong madaling panahon.

Sa ganyang pagkakaantala at malabis na paghanga sa kagandanhan. na itinambad sa kanyang paningin ng Pagkakataon, siya'y biglang nadakip ng matatapat na alagad ni Lakan-Ilog. Nadakip siya samantalang nanunubok at nagmamasid sa Prinsibini, na noon ay nasa pakikipanayam sa sarili niyang guniguni. . .

— Pangahas na Apo ng Buwayal — anang isang alagad ni Lakan-Ilog. — Bukas din ay makakamit mo ang malaon mong hinahanap sa iyong kapangahasan. Sa pusod ng dagat, doon lalo mong masisinag ang kagandahang hindi maaaring tignan lamang at hangaan ng isang pangahas na katulad mo.

Percival Campoamor Cruz

— Sino ka? — ang usisa ni Soliman, ang pinaka-puno ng mga alagad ni Lakan-Ilog.

— Raha Bagsik! — at naghagis ng masid sa Prinsibini.

— Ang aking hatol, — ani Raha Soliman sa isang tinig na marahas at makapangyarihan — ay talian agad siya sa leeg at lagyan ng pabigat, bago ihulog sa kabughawang iyan! — sabay turo sa pook, hindi kalayuan sa mbaklad ng mga pating na may sadyang pinto, na maaaring buksan agad, kung hinihingi ng pagkakataon.

At, nang mapayapa ang tubig at unti-unti nang magbalik ang kabughawan, ang bayaning si Raha Bagsik ay namasid na lamang na lumalangoy na palayo. *Kayapos si Prinsibini Malaya, na siyang katulong sa pakikirigma sa mga pating, sapagka't siya rin ang naghadog ng tnatalim na punyal sa pangahas at bayaning Raha upang makipaglaban bago mamatay.*

Nguni't, aa harap ng gayong nakalalagim na tagpo, ay biglang lumapit si Prinsibini Malaya at nagturing:
— Bakit ninyo parurusahan ang isang humahanga sa kagandahan ng inyong Prinsibini? — Hindi nakasagot si Soliman, na malaon nang may lihim na pag-ibig sa Bathala ng Dilag ng Lupain ni Lakan-Ilog.

—Kasalanan baga ang humanga sa kagandahan?

— ang ulit pa ni Prinsibini Malaya, sa pagtatanggol sa pangahas na raha.

— Hindi kasalanan, anak ko, ang humanga sa kagandahan! — ang biglang sagot ni Lakan-Ilog na dumating noon din, — nguni't hindi natin matitiyak kung ano ang layon ng kanyang kapangahasan. Nakataya sa panganib ang ating lupain at ang ating karangalan. Kung siya'y walang layong masama, ang mga pating ang *magliligtas* sa kanya, kung sakali. Ipaubaya natin siya sa pasiya ng mga maninila sa kabughawan.

Lahat ay nanggilalas at si Prinsibini Malaya ay walang naitugon at yumukod na lamang sa kanyang ama, bilang pamimitagan. Lumungkot ang kanyang mga mata, kasabay ng pagtatago ng Araw sa isang malaking kimpal ng panginorin.

Nang magtakip-silim na ay tinupad agad ang mga unang hakbangin sa pagpaparusa sa pangahas na si Raha Bagsik. Nang siya'y ihulog sa tubig aykaylaki ng bulubok na nalikha sapagka't malaki at mabigat ang batong bumatak sa taling nakagapos sa kanyang leeg at katawan.

Ang takip-silim ay lalopang lumaganap sa baybay-dagat, hanggang sa marinig ang utos sa tanod sa baklad ng mga pating na pakawalan na ang mga nanimila sa kabughawan.

— Itaas ang pinto ng baklad!At lumagitik sa katahimikan ang mga buhong siyang pinaka-bakod sa pintuan ng baklad ng mga maninila.

— Ha, ha, haaa, haaa, aa! — humalakhak si Soliman.

Walang anu-ano'y narinig ang utos ni Lakan-Ilog na tanglawan ng mga sulo ang paligid upang matiyak ang pagkatupad ng parusa. Hindi naglaon at nagliwanag ang bungad ng ilog saka ang bunganga nitong bahagi ng kabughawan, na bumubulubok na ang tubig sanhi sa isang paglalamas na nangyayari doon, at namasid ang pamumula sa paglaganap ng liwanag ng mga sulo.

At, nang mapayapa ang tubig at unti-unti nang magbalik ang kabughawan, ang bayaning si Raha Bagsik ay namasid na lamang na lumalangoy na palayo. Kayapos si Prinsibini Malaya, na siyang katulong sa pakikirigma sa mga pating, sapagka't siya rin ang naghandog ng matalim na punyal sa pangahas at bayaning Raha upang makipaglaban bago mamatay.

Datapuwa't hindi pa nalalayo si Raha Bagsik ay bigla nang lumubog, sanhi sa panghihina, bunga ng pagtatamo ng mga malubhang sugat na likha ng mga kagat ng pating sa kanyang dibdib.

Si Prinsibini Malaya ay ngumi ti, at nagbalik, na palangoy sa pook ng kanyang ama, na nagpasugo agad ng mga tagapagligtas nang siya'y matanawan.

Nang siya'y makaahon ay pangiting nasabi:

—Kailangan ang *binhing bayani* sa ating lupain! — at yumapossa kanyang ama, bago huminging kapatawaran.

Mula na noon, ang mga alagad ni Lakan-Ilog ay naging mga tunay nang kawal at mandirigma. Dinamdam nila ang nangyari a ang ipinarinig ng kanilang Prinsibi. *Hindi sukat ang mga lalaki sa isang lupain. Kaila ang magpaka-lalaki at magpakabayani!*

MUTYA AY SULIRANIN ANG DAMDAMIN
PAG-IBIG, ANG HANGARI'T NILOLOOB AY
DI MAIPAHIWATIG; KADALASAN, ANG
MANGYARI SA LAKI NG PAGNANAIS
PARANG BALIW NA KAHI'T NA
NAGIISA'Y UMAAWIT.

KUWENTO NI

Alberto Segismundo Cruz

kanyang amá at ng nagliling-
d na binata. Nguni't si Tinong
may hinaharap na nuon pa la-
ang. Nababatid niya na ipina-
uxip nito sa kanyang ama (sa
na ni Sinang) na kung maaari
bigyan siya ng pagkakataong
kapag-aral at sa pagsang-ayon
amá ng dalaga, si Tinong ay
ag-aral nga hanggang sa maka-
tpos ng "high school" at maka-
gsimula pa ng "preparatoria"
isang unibersidad.

Nguni't wala sa pag-aaral o
gtátapos ni Tinong ang sali-
an. Sa katotohánan, sa simula
a lamang, si Sinang ay nagka-
aroon na ng malaking pagnanais
máging kapalagayang-loob ang
inata. Malimit niya itong utu-
an; malimit niya itong pagurin;
alimit niya itong kagalitan sa
agpapabayá sa ilang halaman o
ulaklak o bulaklakin; nguni't
in, anuman ang sabihin ng
ge ay hindi umiimik; naka-
Tinoang at mapagbiro pa sa
usalita, palibhasa'y likas na
kapilyuhan. May mga pag-
taong talagang namumuhi
si Sinang nguni't ang pagka-
hing ito, ay hindi umaabot sa
sean, bagkus naging daan pa
ng ang pasalungat na damda-
ang mag-usbong sa kanyang
o; si Sinang ay may lihim na
-ibig sa binata.

Insan si Sinang ay nag-utos
Tinong na pumupol ng rosas
ilang bulaklak ng suha. Nang
gaog sa hardin ang dalaga at
bng sa nagliligig na hardine-
ang kanyang ipinag-utos, su-
ket ito ng gayari:

Hindi pa po kayo nakapagbi-
a ng panglusal, senyorita, ka-
hindi ko ipinapanhik sa inyo
mga bulaklak.

Ano bang kaululan ang pi-
asabi mo? — ang pagalit na
ambit ni Sinang.

liyerkoles, Mayo 26, 1943

—Hindi po ba ninyo iniutos sa
akin na ipupol kayo ng mga bulak-
lak ng suha?

—Eh, ano?

—Hindi po ba ang bulaklak ng
suha ang siyang ginagamit na pa-
lamuti sa *"velo"* ng ikakasal na
dalaga? ·

—Ano ang ibig mong sabihin?
Ako ay ikakasal?

Aba! hindi po ba matutuloy?
Pinamulahan ng mukha si Si-
nang. Matuling pumanhik sa ka-
bahayan, at sa silid ay lumuha na
anaki ay isang bata.

Napuna ng mga magulang ng
dalaga ang pagluha nito. Itina-
nong ang dahilan, at sinabi ang
"kapilyuhan" ni Tinong .Nuon din
ay namog si Don Marcial, ang
ama ni Sinang, at pinagsabihan si
Tinong na magbalot na ng damit
at umalis nuon din. Napabakla
ang binata, pagkabaklang may ka-
halong takot. Palibhasa'y nauna-
waan niya kung gaano kabigat na
damdamin ang idinulot niya sa
dalaga.

—Ako po'y nagbibiro lamang!—
ani Tinong. —Patawarin po ninyo

(Sundan sa pahina 23)

—Hindi pa po kayo nakapagbibihis ng pang kasal, senyorita, kaya't hindi ko ipinapanhik sa
inyo ang mga bulaklak. — Ano bang kaululan ang pinagsasabi mo? —ang pagalit na nasambit ni
Sinang.

Percival Campoamor Cruz

Bago Tugtugin
Ang Iyong "Love and Devotion"

Ni Alberto Segismundo Cruz

(Bulaklak, Mayo 26, 1948)

Sa dalawang landas lamang natutungo ang katapatan ng isang pag-ibig: ang landas na tungo sa dambana ni Kupido (at ang landas na nagwawakas sa "paghihinitay nang walang hinihintay"! Ang una ay kaganapan ng pag-ibig na umabot sa karurukan ng pagmamahalan; ang huli ay kabiguan ng pag-ibig na umabot naman sa kalbaryo ng pagtitiis na katimbang ng *Panata,* nguni't panatang nangangahulugan ng "pag-asang walang pag-asa"! Buhay at nangungusap na halimbawa ay ang kasaysayan sa pag-ibig ni Sinang, na ngayon ay halos tumutuntong na sa kanyang ika-40 taong gulang. Maganda si Sinang nuong kanyang kasibulan, gaya rin naman ngayon, bagama't wala na sa mukha ang bulo at ang "mga ugat na pula ng kabataan". Makisig siya sa pananamit at sa paghihiyas, palibhasa'y may ikasusunod! Magiliwin siya sa sining, palibhasa'y isa siyang "pianista" simula pa lamang nang tumuntong na sa unang baytang sa isang kolehiyo ng mga anak-maharlika! Nguni't ang lahat ng ito'y walang halaga mandin ngayong siya ay umabot na sa katanghalian ng kanyang buhay. Ang pangyayaring ito ay pinalulubha pa ng katotohanan na siya "ay umibig at umiibig pa, nguni't waring naghihintay na kaluluwa sa salikop na mga lansangang tungo sa kabiguan".

Kung may mata mang nagmamasid sa ginagawa ni Sinang, sa maghapon, sa kanyang marikit na tsalet sa isang bayang karatig ng Maynila, ay mapaghahalata na siya ay umaasa pa rin sa isang darating na binata, na siyang maghahatid sa kanya sa dambana ni Kupido. Buhat sa umaga ay nakapanungaw na siya sa durungawan ng kanilang balkon, kangitian ang mga bulaklak na naghanay na paso ng halaman, na maagang nakikipaghalikan sa sinag ng araw. Walang anu-ano ay titindig siya sa kinalilikmuan at kukuha ng'"*regadera*" at didiligin ang ilang halamang nais niyang pagpalain sa kanyang pagtingin. May mga pagkakataon naman, kung tanghali, na pati ang lilim ng kanyang mga munting paso ay sinisino niya at parang naguguni-guning may ulong sumusungaw na kung hapon naman, lalo na't kung magtatakip-silim na, ay hindi niya nakakaligtaang tugtugin ang *"Remember Me"* gayong ito ay napakaluma na sa salansan ng kanyang mga tugtugin. Sa gabi, matapos na siya ay makapaghapunan, kasama ang kanyang utusan ay lumalabas ng bakuran at tumutungo sila sa baybay-dagat, at kung may matanawan silang liwanag sa dako pa roon ng mga bundukin, siya "ay napapalatak at nagsasabi nang buong galak: "Marahil ay maliwanag ang araw bukas! Marahil ay maligaya ako bukas!" At sa mga pahayag na ito, ang utusang katapatan ng kanyang lihim ay nababakla na lamang, at may pagkakataong sinasagilasan ng pangamba na baka si Sinang ay inaalihan na ng pagkabaliw. . .

Buklatin natin ang kanyang maikling dahon ng kasaysayan sa pag-ibig. Nuong kasibulan ni Sinang ay nagkaroon sila ng isang binatang hardinero; si Tinong, ang pilyong si Tinong, na bagama't kinamumuhian niya ay kung bakit hindi mapatanim sa kanyang dibdib ang pagkamuhing ito. Sa halip, ang pangalan ni Tinong at ang ginagawa nito ay laging nakakatawag sa kanya ng pansin. Nababatid niyang si Tinong ay may isang kapintasan: siya'y mahirap at ulila pa, na kung saang lalawigan ng Luson nagbuhat; ito'y hardinero nila at maaaring mautusan kung kinakailangan, gaya ng kasunduang pinagkayarian ng kanyang ama at ng naglilingkod na binata. Nguni't si Tinong ay may hinaharap na nuon pa lamang. Nababatid niya na ipinakiusap nito sa kanyang ama (sa ama ni Sinang) na kung maaari bigyan siya ng pagkakataong makapag-aral at sa pagsang-ayon ng ama ng dalaga, si Tinong ay nag-aral nga hanggang sa makatapos ng *"high school"* at makapagsimula pa ng "preparatoria" sa isang unibersidad.

Nguni't wala sa pag-aaral o pagtatapos ni Tinong ang salitaan. Sa katotohanan, sa simula pa lamang, si Sinang ay nagkakaroon na ng malaking pagnanais maging kapalagayang-loob ang binata. Malimit niya itong utusan; malimit niya itong pagurin; malimit niya itong kagalitan sa pagpapabaya sa ilang halaman o bulaklak o bulaklakin; nguni't ang binata, anuman ang sabihin ng dalaga ay hindi umiimik; nakangiti lamang at mapagbiro pa sa pagsasalita palibhasa'y likas na may kapilyuhan. May mga pagkakataong talagang namumuhi na si Sinang nguni't ang pagkamuhing ito ay hindi umaabot sa sukdulan, bagkus naging daan pa na ang *pasalungat na damdamin* ay mag-usbong sa kanyang puso; si Sinang ay may lihim na pag-ibig sa binata.

Minsan si Sinang ay nag-utos kay Tinong na pumupol ng rosas at ilang bulaklak ng suha. Nang nanaaog sa hardin ang dalaga at tinanong sa nagdidilig na hardinero ang kanyang ipinag-utos, sumagot ito ng ganiri:

— Hindi pa po kayo nakapagbibihis ng pangkasal, senyorita, kaya't hindi ko ipinapanhik sa inyo ang mga bulaklak. —

— Ano bang kaululan ang pinagsasabi mo? — ang pagalit na sambit ni Sinang.

— Hindi po ba ninyo iniutos sa akin na ipupol kayo ng mga bulaklak ng suha? —

— Eh, ano? —

— Hindi po ba ang bulaklak ng suha ang siyang ginagamit na palamuti sa *"velo"* ng ikakasal na dalaga? —

— Ano ang ibig mong sabihin? Ako ay ikakasal?

— Aba! hindi po ba matutuloy? — Pinamulahan ng mukha si Sinang. Matuling pumanhik sa kabahayan, at sa silid ay lumuha na anaki ay isang bata.

Napuna ng mga magulang ng dalaga ang pagluha nito. Itinanong ang dahilan, at sinabi ang "kapilyuhan" ni Tinong . Nuon din ay nanaog si Don Marcial, ang ama ni Sinang, at pinagsabihan si Tinong na magbalot na ng damit at umalis nuon din. Napabakla ang binata, pagkabaklang may kahalong takot. Palibhasa'y naunawaan niya kung gaano kabigat na damdamin ang idinulot niya sa dalaga.

— Ako po'y nagbibiro lamang! —ani Tinong. — Patawarin po ninyoako at hindi na ako uuli. —

— Ngun't, hindi mo na ba nakikilala ang iyong panginoon? Hindi mo ba alam na anak ko si Sinang?

— Opo, Don Marcial! Nguni't wala po akong masamang layunin sa aking mga sinabi. Ibig ko po lamang makapagpatawa, nguni't ang nangyari po ay kabaligtaran. —

— Narinig mo na ang sinabi ko! — ang pasiyang pang-wakas ni Don Marcial.

Matuling nanaog si Sinang nang marinig ang pagtataboy ng kaniyang ama sa binatang hardinero nila.

— Tatay, — ang kanyang wika.

— Wala pong kasalanan si Tinong. Wala po naman siyang masamang sinabi, masama po lamang ang aking pagkakawatas. Utang na loob, tatay, huwag ninyo siyang paalisin. Wala po siyang kasalanan.

— Ngayon, ay patatawarin kita, Tinong, — ani Don Marcial. — Nguni't ibig kong huwag sanang sa lahat ng pagkakataon ay nagbibiro ka. Alangan sa isang gaya mo, na nag-aaral pa ang gumawi nang ganyan. Alalahanm mo na hindi ko titingnan ang tao sa kanyang kalagayan. Ikaw man ay pinagpipitaganan ko rin. *Bueno,* magtrabaho ka na o umalis ka na kung ikaw ay papasok sa eskuwela. —

Kinabukasan, nang magkaroon ng pagkakataon si Sinang na makausap si Tinong, ay humingi rito ng pagpapaumanhin. Ang binata ay waring hindi nababahala at tumugon nang nakangiti pa rin:

— Huwag kayong mag-alaala sa akin, *senyorita.* May matuwid kayo at ang inyong ama. —

Mula na nuon, si Tinong ay hindi na nagbiro pa sa dalaga. Simula na rin nuon, si Sinang ay nalungkot na, sapagka't hindi na naging bukas ang dibdib ng binata sa pakikipag-usap sa kanya; at kung matamang isipin niya, si Tinong ay nagdaramdam at ang pagdaramdam ay waring walang lunas.

Dumating ang malungkot na araw kay Sinang!

Si Tinong, nang makatapos na ng kaniyang *"preparatoria",* sa pagpapatuloy ng pag-aaral sa gabi, ay nakapagkita sa mag-aanak, makatapos makapag-agahan nang araw na yaon, at nagtapat na siya ay aalis na diumano, sa loob ng ilang araw pa. Pagkatapos ay nagpasalamat sa lahat, lalo na sa mga magulang ni Sinang, sa pagbibigay sa kanya ng pagkakataon upang makapag-aral. Gayon din naman, humingi siya ng tawad sa mga magulang ng dalaga sa mga pagkakamali o kakulangang kaniyang nagawa. Saka siya nagpahayag ng pamamaalam.

— Saan ka paparoon, Tinong? — ang tanong ni Donya Ana, na pinangingiliran ng luha.

— Hahanap po naman ako ng ibang trabaho upang magamit ang kaunti kong natutuhan. Nguni't huwag kayong mabahala, sapagka't ano man pong oras at kailanganin ninyo ang aking tulong ay ipinangangako kong ako ay nahahanda sa pagtulong.

— Talagang ganyan ang buhay, Tinong, — ani Don Marcial. — kailangan ang humanap ng mabuting paraan sa ikabubuhay. Hindi maaaring habang panahon ay hardinero ka na lamang. Nasisiyahan ako at nangyari kang makapag-aral sa pagbibigay ko ng pagkakataon sa iyo. Hindi kita masisisi, at hindi rin kita pipigilin, bagaman, at nadarama ko ang isang
damdaming hindi pangkaraniwan, ngayong ikaw ay aalis na, makaraan ang mahabang panahon ng paglilingkod mo sa aming mag-aanak. Sabihin mo sa akin kung aaalis ka na, at bibigyan kita ng kaunting halaga, at isang *"recomendacion"* upang makapasok ka saan man maaari kang maglingkod na kawani.

— Marami pong salamat, — ani Tinong, na halos ay pumatak ang luha sa mga mata.

Si Sinang ay hindi nakatagal. Umalis nang walang imik sa hapag at nagkunwang may nakaligtaang gawin sa kaniyang silid. Nguni't ang totoo, si Sinang ay nagbigay-daan lamang sa kanyang pagluha. Umiibig siya kay Tinong. . . Umiibig nang lihim. . . nguni't pag-ibig man ding hindi natutugon ng kapuwa pag-ibig, palibhasa'y iba ang katayuan niya sa binata. O! kung maaari lamang na maging maralita din siyang katulad ng binatang hardinero! Marahil, ay naipadama na sana niya ang lihim ng kanyang puso.

Wala na si Tinong sa tahanan nina Sinang. Malayo na ang binata. Buhat nang magpaalam sa kanilang lahat, isang dapit-hapon, ay may ilang buwan nang hindi man lamang nila nababalitaan ang kanilang dating hardinero.

Percival Campoamor Cruz

Datapuwa't isang araw ng Disyembre, ay may sulat na tinanggap si Don Marcial buhat kay Tinong na ganito ang isinasaad:

"Don Marcial: Kailan man po ay hindi ko malilimutan ang inyong kagandahang-loob sa akin. Dahilan sa inyo ay nakapag-aral ako, at dahilan din sa inyo ay nakatuklas ako ng bagong landas sa buhay. Ngayon po ay isa na akong "tenedor de libro" sa Iloilo. Ipinangako pa ng aking pinuno na na sa ilan pang buwan ay mapapatalaga na ako nang palagian sa tanggapang pangkalahatan diyan sa Maynila. Sariwang alaala sa inyong lahat. Tinong"

— Talagang mabuting bata si Tinong! — ani Don Marcial. —

— Mabuti nga, nguni't kung hindi mo kinagalitan, nuong mag-iiyak ang batang ito (itinuro si Sinang) ay hindi pa, marahil, aalis dito ang batang iyan, — ani Donya Ana na parang sinisisi pa ang asawa.

Hindi umimik nuon si Sinang. Patuloy sa pagbuburda sa isang panyolito na anaki ay hindi alumana ang paksang pinag-uusapan ng kanyang ama at ina. Nguni't, sa katotohanan, sa bawa't duro ng karayom sa sutlang binuburdahan ay parang nasasaktan siya. Bawa't banggit sa pangalan ni Tinong ay nagiging madiing ulos ng dalamhati sa kanyang puso. Umiibig siya nang lihim sa binata, nguni't pag-ibig na lalong hindi maipahalata, ngayong wala na ito sa kanilang tahanan.

Nagdaan ang ilan pang buwan; pagkatapos ay dalawa pa hanggang naging tatlong taon. Nakalimutan na ng mag-asawa ang mga bagay-bagay na may kinalaman sa kanilang dating hardinero. Datapuwa't si Sinang naman ay patuloy sa paghihintay sa binata at sa pagkakaroon ng magandang pagkakataon. Naisipan niyang baka makatagpo nito sa alin mang pagtitipon o piging pang-maharlika o pangkaraniwang mamamayan lang ay dinadaluhan niya kung sila ay may paanyaya, sa pagbabakasakaling baka naroroon na si Tinong.

Nguni't wala, hindi niya matagpuan ang dati nilang hardinero. Naging isa siya sa mga laging panauhing mutya ng lipunan. Naging bituin siya sa radyo sa pagtugtog ng piyano! Pinararangalan siya ng ganito o gayong *klub,* nguni't ang lahat ng ito ay nawalan ng bisa sapagka't hindi siya lumigaya; hindi niya matatagpuan si Tinong, ang binatang kinamuhian man niya ay lihim namang iniibig; ang binatang siya ang panginoon, subali't lihim na pinapanginoon ng kanyang puso!

May mga nagpapahayag ng pag-ibig kay Sinang datapuwa't ang lahat ng ito ay hindi nagkapalad. May isang masidhing mangingibig na humingi sa kanyang kamay, at nakipanayam na ang binatang ito sa mga magulang, subali't matigas ang kanyang pagsalungat! Dahilan? Sapagka't may lihim siyang iniibig at ang iniibig niyang ito ay maaaring dumating at magsabi sa kanya balang araw, na *"Sinang, iniibig kita, noon pa lamang, nguni't wala akong magagawa, sapagka't ako ay isang utusan mo lamang – isang hamak na hardinero!"*

Muling lumipas ang panahon. Sa tabi ng kanilang tananan, walang abug-abog, ay napuna niyang may madaliang niyayaring tsalet. Isang makapal na pader ang inihahadlang sa bakuran nito upang mapahiwalay sa bakuran nila. Nang ganap nang mayari ang tsalet at matamanan ng mga halaman, isang marilag na babae, na may dalawang bunso at dalawang utusan ang napansin niyang nagsisilipat doon. Bagong kapit-bahay! Iyan ang nasa loob ni Sinang. Buhat noon, ang pangitain niya ay hindi na ang dagat, hindi na ang liwanag sa laot! Ang lagi niyang tinatanaw ay ang tahanang yaon, ang bakurang yaon na madaling nagkaroon ng hardin, ang maliliit na batang kung minsan ay nagsisipaglaro ng lupa o ng kanilang maliliit na laruan. O, kung siya ang magiging ina ng gayong mga sanggol! Iyan ang nasa kanyang gunita. Kailan pa kaya darating ang kanyang hinihintay? Kailan pa kaya babalik sa kanyang piling ang binata nilang hardinero? Kailan pa kaya aakyat ito ng ligaw sa kanya? Kailan pa kaya ito magtatapat sa mga magulang niya?

Nguni't isang umaga ng Abril ay may kumatok sa kanilang pinto. Ang ipinagtaka nila ay kung bakit gayong may kumakatok ay hindi man lamang nagsitahol ang mga aso.

Nanungaw silang lahat, at buhat sa ibaba, ay humahangos na nagbalita ang kanilang matandang utusang si Aling Marta:

— Don Marcial, Donya Ana, Senyorita Sinang . . . si Tinong! Opo, si Tinong!

— Aha! Magtuloy ka, Tinong! —ang sigaw Don Marcial.

— Dumating ang bayani! — ani Donya Ana, at naghagis ng makahulugang tingin sa kanyang anak na dalaga.

Hindi naman nakaimik si Sinang. Alangang tumakbo na alangang mag-ayos naman ng damit at ng buhok. Para siyang natigilan! Nguni't siya ay nakangiti, nagniningning ang mga mata! . . .

Nasa kabahayan na si Tinong. Makisig na makisig sa kanyang bagong ternong *"bird's-eye";* sa kanyang murang-bughaw na kamisadentrong *"arrow"* at sa magulang na bughaw na kurbatang may guhit na pilak at sapatos na tsarol na *"Florsheim".*

Si Tinong na rin ang bumasag sa katahimikang naghari sa mag-aanak nang siya ay nakita at matagpuang malayong-malayo na sa larawan ng dating hardinero.

— Ako po, Donya Ana, ay ginagaling. Bukod po sa nakasulit ako sa kontadurya ay nakapagtapos pa rin ng kursong may kinalaman sa banko. Nag-aral po ako ng kursong iyan sa pamamagitan ng tinatawag na *"correspondence".* Tumaas po ako buhat sa pagiging *"tenedor de libro"* at ngayon ay ganap ang kontador na katulong ng auditor ng isang banko dito sa Maynila. Umaabot po ngayon sa P1000 ang sahod ko buwan-buwan.

— Salamat sa Diyos, — ani Donya Ana.

— Magaling na bata! Ani Don Marcial.

Si Sinang ay nakangiti lamang subali't tatahip-tahip ang dibdib.

— Nguni't hindi po iyan ang aking sorpresa sa inyo, — ang patuloy na pagbabalita ng dating hardinero. — Buong lihim ko pong inihanda ang sorpresa upang kayo ay maniwala na ako ay sadyang matapat sa inyo at hindi kailan man maaaring makalimot. Tignan ninyo at sa aking pagtitipid ay naipagawa ang tsalet na iyan! — Sabay turo sa kabila ng pader. — At naririyan po ang aking maybahay at ang dalawa kong anak. Halikayo! —

At nagsitanaw ang lahat sa bintana at napanunghan ang mag-iina ni Tinong na nasa hardin at nuon ay kumakaway pa sa kanilang lahat.

Nang mga sandaling yaon ay nawalang bigla si Sinang. Narinig niya ang mapait na katotohanan. Ang kung ilang taong tinangki-tangkilik at inalagaang lihim na pag-ibig sa dibdib, ngayon ay nadama niyang luoy palang bulaklak! Ang kastilyo niya sa himpapawid na malaong "inalagaan" din sa kanyang pangarap ngayon ay natiyak niyang nawasak. . . nagkadurug-durog sa kanyang paanan!

Tinibayan niya ang kanyang dibdib. Lumabas siya at sinabi ang ganito:

— Tinong, dalhin mo rito ang iyong mga anak. Ibig kong mahagkan at makipaglaro sa iyong mga anak. —

Ang mga mata ni Sinang ay may ulap nuon, at basag na basag ang tinig. Nagkatinginan ang mag-asawa, at si Tinong ay nanggilalas, nguni't panggigilalas na may pagdaramdam. . .

Isipin nga naman ang maghintay hanggang sa tumanda na halos, at pagkatapos, ay mapapanunghan ang pangitain ng isang maligayang tahanan, na inaasain-asam, kinaiinggitan nang lihim bagama't pinananabikang maging sariling pugad ng pagibig. . .

subali't *hindi pala madaling maging kanya kailan man sapagka't may nag-aari nang lalong mapalad kaysa kanya;* ang masasabing nagbigay wakas sa kanyang mga lihim na lunggatiin at nagpadilim na ganap sa kanyang kinabukasan!

Kahabag-habag na Sinang!

My Love And Devotion
Doris Day

My love and devotion
Will always be true
Now and forever
I live for you
My love and devotion
Are yours, yours alone
Kiss me beloved

Say you're my own
I kiss your lips
Sweet and tender
They open Heaven's door
Won't you surrender
Forevermore
My love will grow deeper
As time passes by
Deep as the ocean
And as high as the sky
My love, my devotion
Are yours till I die
Deep as the ocean
And as high as the sky

Percival Campoamor Cruz

My love, my devotion
Are yours - till - I - die...

http://www.youtube.com/watch?v=TazxlKdcYoM

Pasasalamat kay Fernando Amorsolo at sa May-ari ng pintura.

Percival Campoamor Cruz

Ang Mga Bakas Mo Sa Putikan

Ni Alberto Segismundo Cruz

(Silahis, Agosto 3, 1946)

Nagdaan ang Tag-araw na kaakibat ang init at kaalinsanganan, mahaba-haba ring araw na nagpabitak sa lupang uhaw na uhaw at tigang na tigang. At ang apoy ng Tag-araw na ito'y di maikakailang naminsala rin, sapagka't ang dating mga lungtiang dahon sa kabukiran hanggang doon sa landas na paakyat sa kabundukan ay halos nag-damit-kayumanggi na!

Datapuwa't dumating din ang Mayong pinananabikan pagkatapos ay ang Hunyong malamlam at aambon- ambon saka sa wakas ay ang Hulyong may sugo nang ulang halos ay bumubuhos at nagpapaputik sa buong kalawakan sa bukirin, sa mga landasin, sa mga lansangan ng lalawigan at lunsod, at sa paminsan-minsan, ay nagpapapahatid pa ng kanyang matunog na balita sa pamamagitan ng kulog na nakayayanig ng mga kaluluwa sa lupa't ng mga lintik na nagsala-salabat na anaki'y mahabang espadang apoy sa nagdidilim na himpapawid.

At sa nangyari'y "nawisikan" ng bendita ng Mayo ang mga halamang tungo na sa pagkalanta; napanariwa ng Hunyo ang mga lungtiang dahon ng mga halaman, hanggang sa mapabukadkad ang kaliit-liitang mga bulaklak-gubat, at "mapainom" nang buong pag-ibig ng mapagpalang Hulyo ang tigang na lupang uhaw na uhaw at kulu-kulubot na ang pagkakabitak sa buong panahon ng Tag-araw.

Ang bukirin ng Tuklong ay nag-iba na sa tanawin. Nagputik ang kalawakan ng mga bukid na ito't pati ng tumana'y nagputik na rin at tinigilan ng tubig. Lumambot ang lupa at nagputik na mabuti, lalo na nang nagdaang pagsisiyam. . .

Buhat sa kanyang dampa sa ilalim ng mga punong manga ay lumabas si Neong nang tumila ang ulan, isang umaga, upang panunghan ang nakapagpapasiglang tanawin sa kabukiran. Panahon na sa pagbubungkal ng lupa, na makapagdudulot sa kanya ng pagkakataon, sa gitna man ng hirap at pagtitiis, upang makapag-impok at nang sa lalong madaling panaho'y matupad ang lihim na pangarap ng kanyang kabataan.

Nagtapos si Neong ng kanyang *"high school"* noong Marso lamang ng 1940, bago magkadigma. Nguni't nakapagtapos man siya'y hindi rin nagbabago ang pasiyang magpatuloy na magsasaka; sapagka't sa mula't mula pa'y kasama na ng maylupa ang kanyang ama. At ang pagsasamang ito'y naging "mana" na niya, bukod sa talagang may malaki pa siyang pag-ibig sa paghahalaman at pagbubukid nang tawagin sa sinapupunan ni Bathala ang gabay ng kanilang tahanan.

Sa ibabaw ng pag-ibig na ito sa gawain sa bukid ni Neong ay naghahari pa rin ang isang lalong dakilang damdamin: Ang sa kanyang puso, na siyang dahilan ng mga pagsasakit at paglulunggati na makapagtipon at nang sa hinaba-haba ng araw'y maging karapatdapat siya sa paglingap ni Didang, ng Mutya ng Tuklong at kaisa-isang anak ng maylupa.

Umiibig nga si Neong. Malaon na; hindi pa man siya nagsisimula ng *"high school"*. At ang iniibig niya'y walang iba kundi si Didang, na kung kanyang masdan, kahi't sa tinging panakaw ay isang tunay na Bathala ng Kabukiran, isang wagas na Birheng Kayumanggi, na karapatdapat na sambahin at pag-ukulan ng lalong banal na panata ng hukbo ng kabataan.

Hindi nagsasalita si Neong. Hindi kumikibo, at kaya lamang magsalita't kumibo kay Didang ay kung ang binibini na ang pumupukaw sa kanyang katahimikan. Hindi pipi ang binata, at hindi rin maituturing na kimi, datapuwa't pipi pa ang kanyang bibig sa pagpapahayag ng pag-ibig at waring nakasusi pa ang kanyang dibdib upang palayaing ganap ang damdamin ng mga damdaming inaalagaan niya't tinatangkilik nang buong lihim sa panahon ng kanyang kabataan.

Kung ibig niyang matawag ang pansin ni Didang sa kanyang pagtitiis, sa buong maghapo'y hindi siya naglilikat sa mga gawain sa bukid, kabilang na rito ang saka nitong mga huling araw, paghahanda ng mga tumana at ang pag-aararo ng lupa – ang pagbubungkal ng lupa upang mapasabog agad ang mga binhi ng buhay, na siya ring batayan ng pag-asa niyang "siya'y makapaghahandang mabuti upang maging karapatdapat sa pagpapala't pagtingin ni Didang."

May mga gabing dinadalaw siya ng maalab na silakbo ng damdamin sa pagpapahayag ng pag-ibig.

Nguni't hindi maaaring siya'y lumipat ng tahanan ng dalaga't magtapat dito o magsalita nang may kinalaman sa kanyang inililihim na damdamin, sapagka't nagkakasiya na lamang siya sa kanyang lumang gitara - sa gitarang kalihim ng kanyang pag-ibig at tagapagsiwalat ng kanyang bugtong na pag-ibig na ito. Kung minsan ay waring *tagulaylay* ang kanyang tugtugin sa gitna ng kapayapaa't karimlan ng gabi hanggang sa maging isang wagas na *kundiman* ng pusong nagpapabukas na pilit sa talukap ng mga mata ng dalagang-bukid.

Si Didang naman ay hindi masasabing walang-walang nalalaman sa mga pahiwatig at kilos ni Neong. Si Didang ay nakapagtapos na rin sa"*Normal School*" ng lalawigan, datapuwa't ayaw ang kanyang ama - si Mang Inggo - na siya'y papagturuin sa dahilang walang mangangasiwa sa kanilang kapakana't sa tahanang may kanugnog na kamarin. Ang dalagang masunurin sa kanyang ama't mapagmahal sa kanyang ina'y nagkasiya na lamang sa karaniwang gawain sa pamamahay at pagpapahalaga sa mga kapakanan sa bukid hanggang sa siya, sa wakas, ang makialam sa paghahatian ng maylupa't mga kasama.

Nitong mga huling araw, matapos na mabungkal ang isang malaking bahagi ng bukid, si Neong ay napilitang maglalapit kay Didang, sapagka't siya ang pinagkaisahan ng ibang kasama upang magparamdam sa maylupa na kailangan ang tulong na gugulin sa mga unang hakbangin sa pagsasabog ng binhi. Kung naipahayag man ni Neong ang nais ng ibang kasama ay hindi naman naging napakabisa ng kanyang pagmamatuwid upang maragdagan ang hinihinging abuloy ng mga tao sa bukid. Paano'y parang namamalikmata ang binata. Waring nababato-balani. Mandi'y napapailalim sa isang kapangyarihang hindi nakikita.

Sa katotohana'y lalong maganda't kaakit-akit si Didang sa mata ni Neong. Nasa kanyang kasibulan, sa kanyang kaakit-akit na likas na kagandaha't kayumian, sa kanyang angking kabanguhang kaagaw ng mga *"dama de noche"* sa bakurang siit ng kanilang bukid. Sino nga naman ang hindi titibukan ng pag-ibig sa ganyang ari ng dilag?

At ang lalong kaakit-akit at kabigha-bighani sa dalagang ito'y ang kanyang mga matang diumano'y ipinaglihi ng kanyang ina sa mga mata ng Birhen ng Tuklong. Kaya't maging sa kinis ng balat na kaagaw ng kinis ng talulot ng maputing bulaklak-gubat hanggang sa mahaba niyang buhok na kasing-itim ng kalungkutan ng daigdig na naghihikahos ay isa siyang tunay na larawan ng Birhen.

Ang kagandaha'y sadyang nagiging sanhi't dahilan ng maraming sali-salimuot na bagay at suliranin ng puso sa daigdig.

Si Didang ay maganda, kaya't maaaring mamasda't hangaan pa ang kagandahan ng sino mang magkakaroon ng pagkakataong siya'y masilayan. At sapagka't siya'y dalaga't kabigha-bighani, maaari ring pintuhui't ibigin!

Isang hapon ng araw ng Linggo, ang katahimikan sa panig ng kabukiran sa Tuklong ay natigatig. Sapagka't isang pangkat ng mga artista't alagad ng sining ang nagpiknik doon. Sa pagkakataon, gaya ng mahihinuha, ay napataas ang bandila ng mga kabataan.

Nagkaroon ng languyan, tampisawan sa tubig, pamimitas ng bungang-kahoy sa panahon na maniba pa ang karamihan, pagtitimpalak sa pag-akyat sa punong-mangga at, pagkatapos, ay ang isang maikling palatuntunan.

Datapuwa't sadyang humihiwalay sa pulutong ng kabataang nagliliwaliw sa tag-ulan si Nardo Castillo de Dios. Si Nardo'y isang batikang pintor, at sa katotohana'y di miminsang nagkamit ng pinaka-pangunang gantimpala sa sining nina Luna, Hidalgo't Amorsolo.

Ang katangian sa pintura ni Nardo'y higit sa katangian ni Amorsolo. Sapagka't samantalang nakalilikha ng kaakit-akit na larawan at tanawin ang pintor na ito sa kanyang *"lienzo"* ay naaari na ring "makagawa" siya ng mga guhit at karikaturang makabago sa krayon o sa lapis - mga guhit na mapaglarawan ng mga huling pangyayari sa buhay at lipunan.

Likha ng hindi hinihintay na pagkakatao'y namataan ni Nardo ang dilag ng Tuklong, samantalang nanunungkti ng mga bayabas. Nang una'y nagkunwang nais na bumili ng binata, datapuwa't sa halip na pabayaran ni Didang ang ilang bayabas, ay nagpasalamat pa't sinabing ang gayo'y hindi magiging kawalan sa kanilang kapakanan sa bukid.

"Kung hindi ako nagkakamali kayo ang naging *Bulaklak ng Mayo* sa Liko. Hindi po ba?" ang bungad ni Nardo.

Nangiti si Didang at minasid ang binata.

Percival Campoamor Cruz

"Ako nga po, nguni't hindi karapatdapat. Pinilit po ako ng mga kasama sa karatig na nayon namin."

Nagsimula na ang kanilang matalik na pagkikilala sa pagkakataon hanggang nakakilala na rin ng mga magulang ng dalaga ang batikang pintor. May mga araw ng Linggo na si Nardo'y dumadalaw sa Tuklong, at sa isang pagkakatao'y naghandog kay Didang ng isang marikit na tanawin nila sa bukid. Nang gawin o iguhit ang larawang yaon ng bukid na nananariwa sa dumalaw na patak ng ulan, si Didang ay nasa palikuran ng pintor at naging tunay na *"inspiracion"* sa buong maghapon. Sa gitna ng marikit na kalikasan at ng dilag na nagpapatibok na masasal sa kanyang puso, ang magandang kuwadrong pinamagatan niyang *"Nanariwa ang Tigang na Bukid"* ay inihandog sa tahanan ng dalaga. Naging pahiyas sa tapat ng larawan ni Didang, na lagi nang nagpapagunita sa pagkakataong tinalikdan.

Nang mag-uula'y lalo namang sumigla ang binatang pintor sa pagdalaw sa Tuklong. Lagi siyang panauhin sa tahanan ng dalaga, lagi siyang kasama sa mga panig ng kabukirang nagtatanghal ng magandang ng tagpo ng Katalagahan, at kapiling-piling siya sa pagguhit ng mga larawang maka-kalikasan.

Minsan sa putika'y naglulunoy sila't nanghuhuli ng liwalo; kung magkabihira'y dumadako sila sa tumana na abot-tuhod ang putik, at dito nakikita ng pintor ang mga binting makikinis, anaki'y mapuputing tangkay ng kamya, nguni't ganap ang sukat sa sukatan ng dalubhasa sa sining. At, lalong naging luwalhati si Didang sa mata ni Nardo!

Samantalang patuloy ang ganitong pakikipagkaibigan ni Didang kay Nardo, ang punyal ng panibugho'y nakatarak pala naman sa dibdib ni Neong.

Paano'y may matang matatalas si Neong at may pusong-maramdamin, palibhasa'y baliw na baliw sa pag-ibig, bagaman ang pag-ibig na ito'y nakakuyom pang bulaklak sa ubod ng kanyang dibdib.

Sa sama ng loob ni Neong, matapos ang kanyang pagaararo't paggawa sa bukid, gaya ng napagkaugalian sa araw-araw na ginawa ng Diyos, siya'y naglalakad-lakad sa gawi ng kawayanan, kung minsa'y sa dako ng mga tumana at kung magkabihira nama'y sa gawi ng balon sa nayon sa lilim ng mga puno ng santol. . . at doo'y parang baliw na tinutunton ang mga bakas nina Didang at Nardo, na naipakilala na rin sa kanya ng dalaga, nang magkataong siya, si Neong, ay napaakyat ng tahanan ng maylupa samantalang nakalikmo naman ang pintor sa isang luklukan sa bulwagan, sa gawi ng beranda.

Bubulong-bulong si Neong, at habang lumalakad, ay waring pinandidilatan ang mga bakas na naiwan sa putikan ng dalawang sa palagay niya'y magiging sanhi ng kanyang maagang kamatayan; sapagka't. . . hindi niya maaatim na malubugan siya ng pag-asa at pampasigla sa panahon pa namang pinaglulunggatian niya ang paghahanda ukol sa isang nag-aanyayang magandang hinaharap.

Nginangatngat nga ng panibugho ang puso ni Neong! May palagay siyang dininig na ng pintor sa pamimintuho nito. May paniwala siyang ang mga pakita't ngiti ni Didang ay hindi paimbabaw lamang, kundi sadyang bukal at mataimtim na tugon ng damdamin sa kapuwa damdamin.

Umabot sa sukdulan ang panibughong ito ni Neong nang natagpuan sa isang panig ng putikang nalililiman ng kawayanan, sa dako ng pinyahan, ang magkapiling na bakas ni Didang at ni Neong, na sa ayos sa pagkakalapit at pagkakatimbang ng mga paa'y nagbunga ng pamumuko ng kanyang hinalang ang pintor ay naglagda roon ng kanyang unang halik ng pag-ibig. Lalong naglagablab ang apoy ng bugho sa puso ng binatang magsasaka.

Nagpasiya siya agad na gumawa ng kaukulang hakbang. Napatungo sa tahanan ng maylupa, isang hapon ng araw ng Sabado, samantalang si Didang ay namimili sa tiyanggi, at doo'y ipinagtapat ng binatang magsasaka na siya'y luluwas na ng Maynila upang maghanapbuhay dito't mag-aral sa gabi, at ang pagtupad sa kanyang balak ay sa pagtatapos ng pagsasabog ng mga binhi.

Napamangha si Mang Inggo, ang maylupang ama ni Didang. Napamangha sapagka't hindi niya inaasahang si Neong, na kanyang pinaka-kanang kamay sa gawain sa bukid at sa pagpapasunod sa mga kasama, ay hihiwalay sa panahon pa namang kailangang-kailangan ang tulong. Hindi ba't katutubo ang pag-ibig ni Neong sa pagsasaka? Nguni't bakit nabaligtad na bigla ang kanyang mga balak? Hindi maubos-maisip ni Mang Inggo ang gayong biglang balak ni Neong. Inulit ni Neong kay Mang Inggo ang kanyang nais na maghanap-buhay at mag-aral sa Maynila. Sinabing kung sakali'y saka na siya babalik! At samantalang naghihintay siya ng kasagutan ni Mang Inggo ay namataan ni Neong ang isang marikit at bagong kuwadro sa ibabaw na naman ng komoda ni Didang na nang kanyang lapita't pakasurii'y nagpapatibay, ayon sa sariling palagay niya, na iyon na nga ang katibayang hindi mapagaalinlanganan! Ang kuwadro'y may pamagat na "Ang mga Bakas Mo Sa Putikan".

Wala pang isang buwan. . . at samantalang sumusulpot na sa mayamang lupa ang napasabog na binhi – ang mga bungang-buhay – saka, samantalang nagtitimpalak na ang mga bulaklak-gubat at nagsisimula nang bumango ang mga langka, - si Neong ay nasa landas nang patungo sa himpilan ng tren ng Tuklong, dala ang isang lumang maleta . . .   na ang lunggati'y makarating sa lunsod ng pakikipagsapalaran.

Hindi siya lumingon sa pinagdaanan sapagka't ayaw niyang magbaon ng malulungkot na alaala. Sa kanyang puso'y nagnanaknak ang malubhang sugat na nagtaboy sa kanya upang makipagsapalaran sa Maynila.

Pasasalamat sa Google Images

Percival Campoamor Cruz

Gusto Kong Maging Anawnser!

Ni Augusto de Leon

Nakatayo si Daniel sa mesa, tuwid na tuwid at walang kagatul-gatol na sumigaw. "Isang bagyo ang natanawang palapit nang palapit at ang nakatanaw ay palayo nang palayo!"

"Hoy, bata ka!" ang sigaw ng inang niyang si Charing na nagkukumahog na hinigpitan ang pagkakabigkis sa tapis na nakalaylay na. Ilang hakbang lang at narating ang mesang kinatatayuan ng anak na anim na taong gulang. Nag-aalala na baka mauyot at mahulog mula sa kinatatayuan. May kataasan din ang mesang mabuway na at pagewang-gewang dahil hindi man lamang kasi kumpunihin ng asawang si Dencio na walang ginawa kundi ang bumarkada gayong may pamilya na.

"Naku! Yang ama mo, agang-aga ay wala na naman. Delfin, anak, sunduin mo nga sa kanto ang ama mong batugan." Utos sa anak na pitong taong gulang na nasusugo na kahit sa tindahan para bumili ng suka o mantika.

Percival Campoamor Cruz

"Opo," sagot ni Delfin at patalilis na sumunod para sunduin ang ama.

Hinarap ni Charing ang anak na bunso at ibinaba.

"Huwag ka nga anak tumutuntong sa mesa baka ka mahulog. Ano't sigaw ka nang sigaw diyan na parang mamamahayag sa radyo at telebisyon?"

"Kasi po, gusto kong maging anawnser eh. Tulad po ng napapanood ko sa telebisyon at iyon ang sinasabi kapag may balita." Ang sagot ni Daniel.

"Teka anak, ulitin mo nga ang sinabi mo."

"Heto po," muling tumindig, tuwid na tuwid at malakas na binigkas. Isang bagyo ang natanawang palapit nang palapit at ang nakatanaw ay palayo nang palayo."

Umumis lamang ang ina at nagtanong. "Saan mo naman natutuhan ang sinabi mong iyan?"

"Wala po," sagot ng anak. "Naimbento ko lang po." Dugtong nito.

Muling napangiti si Charing sa sagot ng anak. Naisaloob na parang may kinabukasan ang anak niyang ito. Marunong. Naisip na kung ganito sana si Delfin na listo ay hindi na kailangang ulitin ang Grade I. Nagtataka naman siya kung kanino nagmana itong si

Delfin gayong siya naman ay nabibilang sa sampung marurunong sa kanilang klase noong nag-aaral pa siya at si Dencio naman ay hindi naman bobo, batugan nga lamang pero maabilidad pagdating sa pagkakakwartahan kaya kahit paano ay nakararaos sila sa araw-araw. Minsan man ay hindi sila sumala sa oras magmula nang magsama sila.

Muling tinanong ang anak. "Daniel, ano ang gusto mong maging pag laki mo?"

Di ba sabi ko po sa inyo, anawnser!" May pagmamalaking sagot sa ina.

"Ah oo nga pala. Gusto mo ring maging katulad ko ha! Laging nakasigaw sa ama mong batugan. O sige maglaro ka na lang at tuturuan kitang magtatalak mamaya," pagbibiro ni Charing kay Daniel. "Huwag ka na lang uling sasalta diyan sa mesa."

Muling bumalik si Charing sa kanyang paglalaba. Habang kinukusot na maigi ang mga nilalabhan ay naalala niya ang paninisi ng kanyang ama kung bakit si Dencio pa ang napili niyang samahan gayong marami namang namintuho sa kanya na mas mabuti ang estado sa buhay kaysa kay Dencio. Sapul sa mula kasi ay antipatiko na ang kanyang Papa dito. Napabuntong-hininga at parang nagkamali nga yata siya kay Dencio. Sa kabila ng lahat ng pagtitiis niya ay tila nawawalan na ng saysay ang pagsuway niya sa kanyang mga magulang. Hindi man lamang kasi niya kinakikitaan si

Dencio ng pagsisikap para mabura ang maling akala ng kanyang Papa. Parang sinasadya na nito na kalabanin ang kanyang Papa.

Kilala ang ama niyang si Meyor Valentin Lusong-ajon ng Bayan ng Sto. Cristo. Ang kanyang Mama naman ay Prinsipal sa elementarya bago pa siya sumamang magtanan kay Dencio. Simula noong maging Meyor ang kanyang Papa ay pinapagbitiw na ang kanyang Mama bilang Punong Guro. Wala raw kasing haharap sa mga bisita at gusto ng kanyang Papa na ang kanyang Mama ang umasiste dito. Ayaw niya ng sekretaryang babae kaya ang kanyang Mama ang tumayong private secretary.

Naputol ang kanyang pagmumuni-muni nang dumating ang inutusang si Delfin na nagkakamot ng ulo at hindi kasama ang pinakakaon.

"Nasaan ang ama mo?" may pagkainis na usisa ni Charing sa anak.

"Ayaw pong sumama, sabi sandali lang at susunod na," ang sagot ni Delfin.

Lumipas ang isa, dalawa, tatlong oras, nakapagtanghalian na at noong oras na iyon ay mag-oorasyon na ay walang Denciong dumating.

"Ay naku!" Talagang ang amo mong iyan ay

mabubungangaan ko na naman mamaya. Pihong lasing na naman iyan!"

Binalingan ang dalawang anak at, "kayong dalawa ay magsipaglinis ng katawan at mabuti pang tayo ay maghapunan na," naghain si Charing at silang tatlo ay kumain na, hindi na hinintay si Dencio at matapos magligpit ng kinanan ay nagtungo sa salas at nagbukas ng TV para manood ng balita. Ang dalawang bata naman ay dumeretso sa kanilang kwarto at naghaharutan.

Maya-maya ay sumigaw na naman itong si Daniel at narinig ni Charing ay, "Isang drayber ng jeep ang matuling tumakas matapos makasagasa. "Hit and Run" at ang nasagasaan ay lasug-lasog ang laman at durug-durog ang mga buto. Marami ang mga nakasaksi nguni't isa man ay wala man lamang nagmalasakit na kumilos para habulin ang drayber."

Sa narinig ni Charing ay kinabahan ito at naalala niya ang asawang si Dencio na nasa labas pa. Baka kung napaano na si Dencio niya at ito ang tinutukoy ng nagbabalita.

Hindi nga pala niya ito narinig o napanood sa TV, naidlip pala siya saglit at sabay tindig tinungo ang kabilang silid. Kay Daniel niya pala narinig ang balitang iyon.

"Saan mo nabalitaan ang sinabi mo? Totoo ba ito at sino ang drayber, ang nasagasaan? Sunud-sunsod na tanong ni Charing kay Daniel.

Natatawang sumagot si Daniel. "Imbento ko lang po iyon. Hindi po totoong tao ang nasagasaan ng drayber kundi kamatis, Hehehe!" ani Daniel.

Lihim na napangiti si Charing at ngayon ay kalmado na, naisip niya na madalas na rin siyang maluko ng kanyang anak na si Daniel. Lumabas na siya ng kwarto ng mga bata at tiningnan ang pinto sa harap at sinigurong nakakandado na ito pati na ang mga bintana. Iniwan niyang hindi nakakandado ang pinto sa kusina para pag dumating si Dencio ay hindi na siya maabalang pagbuksan ito. Nakahanda naman ang pagkain sa mesa kung sakaling makaisip kumain ang asawa. Bumalik na siya sa kanilang silid at dinig na dinig niyang naghaharutan pa ang dalawang anak.

"Hoy, matulog na kayo at tama na iyang harutan, baka kayo magkasakitan'" pasigaw na saway ni Charing.

Maya-maya ay muling narinig ni Charing ang malakas na boses ni Daniel at winika ay, "Isang ulo ng tao ang natagpuang nakasilid sa sako. Kasama ay putul-putol na katawan nito nguni't nawawala ang isang kamay. Tinatayang biktima ito ng "salvage" Ang mga Barangay Tanod na nakakita ay hindi madampot ang pugot na ulo ng biktima sapagka't ayon sa kanila ay nandudura." Pagkasabi nito ay bununtutan ng malakas na tawa.

"Daniel, ano ba iyang pinagsasasabi mo?" tanong na pagalit ni Charing.

"Inay, nagpaparaktis lang po ako, hahaha!" sagot ng bata. "May karugtong pa po iyon'" aniya.

"Ano na naman?" muling tanong ng ina.

"Samantala, sa kabilang Barangay ay may natagpuang putol na kamay sa may kanal. Ipinalalalagay na ito ang kamay na nawawala ng natagpuang bangkay na "chop-chop" Ang mga Barangay Tanod ay hindi rin ito madampot dahil sa ito raw ay nanghahabol, nananampal at nananakal." Bumunghalit na naman ng tawa si Daniel.

"Daniel, tama na iyang kalokohan mo." Muling pananaway ni Charing.

"Inay, sabi po ninyo ay tuturuan ninyo akong magtatalak, bakit di pa po ninyo ako tinuturuan?" pagtatanong ni Daniel sa ina at muling pasigaw na binigkas ang katagang...

Gusto kong maging anawnser!

Pasasalamat sa Google Images

Percival Campoamor Cruz

Kuwentong Pasarangga, Kuwentong Bara-Bara Ng Kuwentistang Pulpol

Ni Augusto de Leon

Ang maikling kuwentong ito ay inihahandog ko sa mga sumusunod:

Para sa marunong bumasa, palabasa, may ganang magbasa, paudlut-udlot kung bumasa, nagpipilit bumasa at babagong natututong magbasa.

Unang salpok:

Ang kuwentong ito ay nabuhay simula noong ako ay bata pa. Pangarap ko noon ang magsulat, Ang tanong, paano? Bago pa lang akong natututong bumasa ng ABKD at sumulat nang paiwa-iwarang na ang mga letra ay nawawala sa linya, iyan ang unang salpok. Natural, para makasulat ay kailangang matutuhan ang pagbasa. Paano babasahin ang sinulat kung bobo sa pagbabasa.? Hindi ito komiks na may litrato na maaaring maintindihan ang istorya sa litrato lang.

Sabi ko sa Lola ko, "Lola marunong na akong magsulat!"

Percival Campoamor Cruz

"Magaling kang bata, nasaan ang iyong sinulat? Tanong sa akin ni Lola.

"Hayun po nasa dinding, tingnan ninyo ang ganda!" Sabay turo sa dingding na aking sinulatan.

"Diyaskeng bata ito, naku! Kapipintura lang niyan ay sinulatan mo agad." Napingot si ako! Kapa-kapa ko ang kanang tainga ko di ko man tingnan ay pulang-pula at ang pakiramdam ko ay napigtal.

"Wew! Mahirap magsimulang magsulat pag bata pa, napipingot." Ayon sa akin iyon.

"Sa iba na lang ako susulat." Lumabas ako sa kalye, napagtripan ko ang pader. Doon ko isinulat ang gusto ko. Nakita kong bagong pinta rin. Di na ako mapipingot ni Lola, hindi naman ito dingding at hindi rin siya ang nagpapinta nito.

Sulat, sulat at sulat pa. Minamasdan kong mabuti. Habang ipinag-iigi ko ang pagsulat, sinisipat ko kung pantay. Nagulat ako nang may magsalita sa likod ko, pabulyaw. Di ko kilala ang boses, malaki, kinabahan ako at pasang suka ang kulay ng aking mga labi sa pamumutla kahit di ko kita.

"Hoy bata ka, bakit sinusulatan mo iyan? Iyon ang narinig ko.

Di ko na nilingon, karipas ako ng takbo pauwi pero ramdam ko sumunod sa akin. Si Kapitan Bruno pala ang sumita sa akin nang aking lingunin.

Isinumbong ako sa Lola ko, wala kasi si Tatay nasa trabaho. Napagalitan na naman ako.

"Wala ka talagang kadala-dala bata ka!" pagalit na sabi ni Lola at piningot na naman ako. Ang kaliwang tainga ko ang nasasaan. Ngayon pareho na ang kulay ng tainga ko di ko man tingnan sa salamin. Di na dapat mainggit ang kanan, di na siya nag-iisang nakatikim ng pingot.

"Wew! Mahirap talaga ang magsimulang sumulat."

Saan kaya ako magsusulat nang walang magagalit? Kung sa tubig, wala akong makikita sa isinulat ko. Kung sa kokomban wala ako noon, pag nakita ako ng Tatay ko na inaaksasaya ko lang ito, disgrasya na naman ang aabutin ko. Ah, sa dahon ng saging, eh saan naman ako kukuha noon? Mamumulot ako sa basurahan eh ang bahu-baho noon, malansa kasi pinagbalutan ng isda. Kung sa semento naman di pwede ang lapis ko mababali ang tasa kasi madiin akong magsulat o bolpen kaya pero masisira lang ang dulo nito, madiin nga akong magsulat. Ku! Kay hirap namang mag-aral sumulat. Buti pa si Rizal nakasulat kahit nasa kulungan at pinag-aaralan pa ngayon sa iskul, iyon bang Huling Paalam. Talagang hanga ako sa kanya. May Noli na ay may Fili pa. Wala pa naman ang kaibigan kong si

Noli at ang kapatid niyang dalaga na si Fili. Ay Fely pala. Tumigas tuloy. Ang alin baga? Ang dila ko ang tumigas! Para namang may malisya ang binanggit ko. Lumalayo ata ang paksa. Basta gusto kong sumulat. Kahit ano na pwedeng sulatin.

Seryosuhan na ito. Sanay na akong sumulat ng pangalan ko. Nag-iiskuling na ako eh. Di ko na mabilang kung ilang ulit akong pinagsulat ng titser ko. Pangalan ko lang iyon, puno ang pad. Sa wakas, kahit pangalan marunong na akong magsulat. Di ba akomplisment na iyon? Ibang karanasan pag pumapasok na sa iskul. At saka lagi pang may baon araw-araw. Ang paborito ng karamihan ay reses. Ang bilin kasi ng Tatay at Nanay huwag magtitira ng baon. Kaya hanggang sa huling sentimo na nasa bulsa bago umuwi, kailangang ibili baka mapagalitan.

Tanong ni Nanay, "O anak, inubos mo ba ang baon mo?" Baka may itinira ka pa? Wala na po Nanay, tingnan ninyo ang bulsa ko ni singkong duling wala na, naibili ko na lahat." Binaligtad ko pa ang bulsa ng short ko para patunayan ito.

"Naku hindi anak perang baon mo ang ipinauubos ko kundi ang baon mong pagkain!" Wika ni Nanay.

"Ah hindi ko po naintindihan eh, akala ko lahat ng baon." Naisagot ko. Doon natapos ang usapan namin ni Nanay, di ko na isisiwalat ang iba pang sinabi, nakakahiya dahil may kasamang tungayaw.

Percival Campoamor Cruz

Nang matuto na talaga akong sumulat, prisintado akong magsulat sa blak bord. Madalas bali nang bali ang tsok. Me katamaran ang titser ko, iniaasa sa istudyante ang pagsusulat sa pisara. Pati pagbubura dito ay kami pa rin. Ang ibig kong sabihin ng kami ay kaming magkakaklase na ang iba ay sipsip lang kaya prisintado. Ako, ayaw kong binabansagan akong sipsip, magkikipagkagalit talaga ako. Pag gusto ko, gusto ko at pag ayaw ko, lalong ayaw ko, Di ako mapipilit. Iyan ang istayl ko.

Napag-usapan ang istayl. Sa pagsulat, kailangan may istayl. Hindi istayl ng mayaman at lalong hindi istayl ng mahirap. Pag mahirap, baka hindi na basahin ng gustong bumasa ng sinulat ko. May kalidad dapat, mataas ang uri. Iyong maiintindihan ng marami kahit owt op iskul yut ang babasa.

Napag-isip-isip ko rin, kailangan may tapang ka rin. Tapang ba ng apog na may kakayahan kang harapin ang panlalait at kahihiyan. Pag sumulat ka halimbawa at ang bumasa ay natawa dahil nabasa ang sinulat mo, ipagmalaki mo pagka't napatawa mo ang bumasa. Tink pasitib ika nga, huwag mong isiping pinagtatawanan ka. Bonus iyon para sa iyo. At lis, mayroon siyang pinagtatawanan at hindi lalabas na sira ang ulo niya na tumatawa nang walang pinagtatawanan. O, kita mo, 'di ba, pati ako natatawa na rin sa isinusulat ko? Patunay lang iyon na matino pa rin ako.

Percival Campoamor Cruz

Bago ko nga pala malimutan, importante ang pamagat ng susulatin. Tingnan mo ang aking pamagat, Kuwentong Pasarangga, Kuwentong Bara-bara. Naiintidihan mo ba ang ibig sabihin noon? Para malaman mo basahin mo lahat ang sinulat ko hanggang sa kahuli-hulihan at matutumbok mo ang kahulugan nito. Kung sasabihin ko agad baka mawalan ka ng ganang basahin ito. Sa dulo ko na lang ipaliliwanag. Ang hirap naman sa iba diyan eh walang payting ispirit eh. Suko agad at sirit agad. Ang umaayaw ay di nagwawagi at ang nagwawagi ay di umaayaw. Si Manuel Uy ang may sabi noon. Sa akin, kung ako ay nagwagi, aayaw na ako. Parang sugal iyan pag di ka umayaw, mananalo ka sa primero kamukat-mukat mo tangay pati ang iyong puhunan. Uuwi kang papaltos ang iyong mga paa dahil pati pamasahe mo naipatalo mo rin. Dapat may kontrol sa sarili. Maging wais lagi!

Teka, pagsulat ang tapik hindi sugal, lumalayo na naman. Iyan kasing pamagat eh pahamak, di tuloy ako makapagkonsintreyt, nawawala sa pokus.

Nakasusunod ka ba? Pag may pamagat, siyempre may meyn tapik. Lalong mahalaga ito. Tapik sentens, ulitin mo. Tapik sentens. Ito ang klu ng meyn aydiya ng susulatin mo. Kung wala noon baka ibasura na lang dahil mawawalan ng interes basahin ang isinulat mo at pag nakaramdam ng hindi maganda at sumakit ang tiyan sa kubeta ang suot ng sinulat mo. Ipapahid lang iyon sa malapit sa iyong pinagnanasaan. He, he, he! Bastos ba? Kung nandidiri, likdangan mo na lang ang binasa mong may kabastusan para sa iyo. Paano iyon eh nabasa mo na, ha, ha, ha na naman!

Sa pagsulat dapat ay may badi, di nito kailangan ang mga kamay o mga paa basta badi. Dito nakapaloob ang lahat ng sasabihin mong pangyayari. Napapaloob din dito kung saan nangyari, mga tauhang gaganap sa istorya tulad ng bida at kontrabida at iba pang tauhan. Pwede mo ring isama ang hayup o puno bilang gaganap basta palalabasin mo na totoo kahit ito ay bola mo lang. Kung wala ng mga ito, wala kang istorya siyempre. Kung susulat ka, gumamit ka ng mga salitang maiintindihan ng marami. Kung naisulat mo ito sa wikang tagalog halimbawa, huwag mong ireregalo ang iyong obra sa isang intsik o hapon na hindi marunong managalog. Displey lang ang kahahantungan ng sinulat mo o kaya ay ipatitimbang lang sa magbobote at magdidiyaryo iyon. Doon mo mararamdaman na ang isinulat mo ay walang kamunasan.

Ang istorya, kung may simula, may katapusan. Kung hapi ending o sad ending nasa iyo na iyon kung ano man ang iyong gustong palabasin. Sa kaso ng isinulat ko, pasarangga nga at pabara-bara kaya kayo na ang bahalang umintindi

Di pa ako tapos! Mahalaga rin na ipaalam mo ang pangalan mo bilang otor. Ngayon kung may pinagtataguan kang Bumbay na maniningil, it is yur own risk. Kung marami silang naghahanap sa iyo, bahala ka sa buhay mo. Ang payo ko huwag mo na lang ilagay, kaya lang kawawa ka, wala sa iyo ang kredito.

Di pa rin ako tapos, mag-iisip pa ng ibang sasabihin.

May narinig ako! "Pinis or nat pinis, pas yur peyper." Iyan ang tinig ni Mrs. Balagtas. Hayskul na pala ako, ngayon ko lang nalaman.

Sayang hindi pala si Mam Kristi ang titser ko, isinulat ko pa naman na mahal ko ang titser ko, gua ay di!

Ikalawang salpok:

Masarap na Mahirap Magsakit-sakitan!

Martes ng umaga, tanghali na ay di pa ako bumabangon.   Nanatili ako sa aking katre, bagkus nagbalot lalo ng kumot at nagkunwang nginingiki. Nag-ubu-ubuhan at nag-iinarteng may sakit.

"Selmo!" dinig kong sigaw ng aking Nanay. "Aba ay tanghali na, bangon na at ikaw ay mahuhuli na sa eskuwela. Hinihintay ka na ni Dan, kanina pa nakagayak!"

Si Dan ang sumunod sa akin, matanda ako ng tatlong taon sa kaniya. Iisa ang pinapasukan naming paaralan kaya lagi kaming sabay kung pumasok. Lakad lang kami pagpasok, gayon din sa pag-uwi liban lang kung umuulan at masama ang panahon. Naghihintayan kami kaya di pwedeng magbulakbol. Si Dan ang magsusumbong pag ako ay may ginawang mali. Ako naman ang tagasumbong pag si Dan naman ang may ginawang hindi tama. Sa madaling salita kapwa kami nagbabantayan. Ang hirap ano? Hindi naman kami nag-aaway, talaga lang ganoon ang itinuro sa amin. No hard pilings ika nga. Pag medyo nahuli nang kaunti ay masisita. Kung nagkasala si Dan, damay ako. Kapag ako naman ang may sala, damay din si Dan. May kahigpitan sa amin kaya ingat na ingat kami pareho ni Dan.

Hindi pa rin ako tuminag sa pagkakahiga at naramdaman kong umakyat at lumapit sa akin si Nanay. Muli ay nangusap, sabay yugyog. "Anak bangon na diyan at gumayak ka na sa pagpasok. "

Lalo akong nagkunwang may nararamdaman. Sinalat ni Nanay ang aking noo at tiningnan kung mainit ito at sa pagdantay sa aking noo at leeg na bahagya kong binigyang-daang damahin ng kamay ni Nanay, nasalat niyang mainit nga.

"Aba anak may lagnat ka!, wika ni Nanay. Ganyan talaga si Nanay maaalalahanin.

Naisaloob ko na lamang at sigaw ng isip ko'y "saksessss ang gimik ko". Paano ba namang hindi ako magmumukhang may lagnat ay nilagyan ko ang magkabilang kili-kili, kipkip ko ang tig-isang butil na bawang at siyempre, iinit ang buo kong katawan. Napasakay ko talaga si Nanay sa drama ko. Mabuti na lang wala kaming termomiter, kung meron baka sa kili-kili ko ilagay ay lagot ako, magkakabistuhan.

"Siya anak, magpahinga ka at uminom ka ng kortal o aspirin mamaya pagka almusal mo. Ipaglulugaw kita at siya mong kainin, pag-aalalang sabi ni Nanay. Bumili pa ng royal tru orens at biskwit para siya kong kakainin oras na ako'y gutumin.

Kunwari ay wala akong ganang kainin ang lugaw. Aros kaldo pala ang kanyang inihanda pero nagpakipot ako at kunwa ay wala akong ganang kumain. Sa totoo lang napakainit pa at umuusok, paano ko naman pangangahasang isubo iyon. Susubuan pa sana ako ni Nanay pero sinansala ko na. Sagad na hanggang buto ang kahihiyan ko sa Nanay ko. Gilting gilti ako talaga!

Namalengke si Nanay at pag-uwi ay may sinturis pang dala at mansanas, hinahanap-hanap ko ang ubas, baka ika ko mayroon pero wala akong nakita. Masarap talaga ang maysakit, asikasong asikaso at dulot ang masasarap na prutas at pagkain. Naisip ko sana may pasalubong si Tatay na ubas. Paborito ko iyon! Oras malaman niyang ako ay maysakit, kahit sino man sa aming magkakapatid ay ganoon sina Tatay at Nanay. Dulot lahat. Parang binebeybi, maasikasong maasikaso. Kaya lab na lab namin sila. Ang kapalit naman noon ay ang mahabang litanya ng sermon na paulit-ulit nilang sinasabi sa amin na parang sirang plaka; na kami ay magmahalang magkakapatid, mag-aral na mabuti at maging magalang palagi at masunurin sa kanilang kagustuhan. Para daw sa kabutihan namin iyon. Noong hapon ngang iyon ay may pasalubong si Tatay na ubas. Nangako ako sa sarili sa nakita kong kabaitang iyon nina Tatay at Nanay, di na ako uulit. Sinusurot na ako ng aking budhi.

Kinokonsensiya ako sa aking ginagawa pero kailangang lumiban ako sa araw na iyon dahil takot ako sa titser ko. Tiyak na pagagalitan na naman ako noon dahil sa isinulat ko sa aking papel. Kung bakit ba naman sa kagustuhan kong sumulat pati iyong "mahal ko ang titser ko" ay naisulat-sulat ko pa, paninisisi ko sa aking sarili. Malaki ang epekto noon tiyak. Awt istanding na naman ako, tiyak na tiyak iyon! "Patatayuin ako sa labas ng kwarto hanggang sa matapos ang aming piryud.

Naisip ko, bahala na bukas. Lalakasan ko ang loob ko at kunwari ay hindi ako takot harapin ang kasalanan ko. Panay ang isip ko kung ano ang aking ikakatwiran sakaling tanungin ako ni Mam kung bakit ko isinulat iyon sa aking papel.

Ah, wala akong maisip. Kung ako naman ay magsasakit-sakitan uli, nakapanghihinayang naman na hindi ko matututuhan ang mga bagong leson. Lalo lang akong mahuhuli sa mga aralin. At saka baka makahalata si Nanay. Ang malungkot pa nito ay pag nadiskubre ang kalokohan ko, isusumbong ako kay Tatay na ako ay nagsasakit-sakitan, p'wet ko ang masasalanta. Ah, bahala na talaga, pangangatawanan ko na. Huwag lang sanang makarating kina Tatay at Nanay ang kasalanan ko sa iskul, nahiling ko sa Diyos.

Kinabukasan ay maaga akong bumangon, kahit naaalala ko ang buhay-prinsipeng naranasan ko ng isang araw. Naligo ako ng maligamgam na tubig. Ipinag-init ako ng tubig ni Nanay. Baka raw ako mabinat. Hindi ako sanay maligo nang binabantuan ng mainit na tubig pero iginayak na ni Nanay ang aking pampaligo kaya sige na rin ako. Nag-almusal, inayos ko ang gamit-eskuwela ko at nang paalis na kami ni Dan sa pagpasok, inihabol pa ni Nanay sa akin ang isang ekstrang bimpo, isapin ko raw sa likod ko kapag ako'y pinawisan. Bilin pa ni Nanay na sumakay na kami sa pagpasok para huwag na kaming maglakad. Malayu-layo rin ang iskul namin sa aming bahay. Humigit-kumulang ay may dalawang kilometro din siguro ang layo nito kung tatantiyahin. Lalo akong nakunsensiya sa ginawa ko kahapon. Niloko ko sila. Nagsisisi na ako talaga!

Tulad ng mga nakaraang araw, lakad pa rin kaming pumasok. Wala naman talaga akong sakit. Dumating kami ni Dan sa iskul na matagal pa bago magbel. Pagkatapos ng plag seremoni, nakapila kaming tinungo ang silid-aralan. Singgel payl, una ang babae tapos lalaki. Ako ang pinakauna sa hanay ng mga lalaki dahil ako ang pinakamaliit. Tahimik kaming pumasok sa pers piryud namin. Nandoon na si Mam Balagtas. Nakayuko akong pumasok. Iniabot ko ang aking ekskyus leter na pirmado ng aking Tatay. Nakasaad doon na ako ay nilagnat kahapon, ang dahilan ng aking hindi pagpasok. Walang imik na tinanggap ito ni Mam at tiningnan ako mula ulo hanggang paa. Pakiramdam ko lalo lamang akong nanliit sa kinatatayuan ko. Yumukod ako nang bahagya bilang pagpapahiwatig ng paggalang at walang imik kong tinungo ang aking upuan. Nakatungo pa rin ako na parang nahihiya. Di naman alam ng aking klasmeyt ang isinulat ko mapwera ibinorodkas ni Mam sa buong klase. Wala namang binanggit si Mam ng ano pa man. Nagtataka nga ako at hindi ako pinagsabihan. Parang walang nangyari noong makalawa. Sino man sa aking mga klasmeyt ay walang binabanggit na kakaiba tungkol sa akin. Nahinuha ko na walang ibinunyag si Mam sa buong klase kahapon.

Nagpapasalamat ako at para bang nahugot ang nakatarak na balaraw sa aking dibdib. Sana huwag nang ungkatin at makalimutan na ni Mam ang isinulat ko, panibago kong kahilingan sa Diyos iyon. Ngayon, iba na ang aming leson, hindi na pagsulat ng tim kundi pagsulat naman ng liham. Balik na naman kami sa pagsulat. Nabuhay na muli ang aking kamalayan. Pagsulat pa rin! Naisip ko na sa pagsulat ako napahamak eh narito na uli kami sa pagsulat. Sa totoo lang, ang paggawa ng liham ay madali lang para sa akin. Balik-aral lang ito sa amin, kaya lang dapat maging atentib ako ngayon sa klase. Baka masilipan na naman ako ng butas ng pagkakasala. Hindi pa ako abswelto sa isa eh heto na naman baka magkamali.

Nagbel para sa susunod na sabdyek, lilipat kami sa ibang kwarto. Akma akong tatayo nang marinig ko ang sabi ni Mam, "Anselmo, magpa-iwan ka sandali. Nagsialis na ang aking mga klasmeyt at nanatili ako sa aking upuan. Pinalapit ako ni Mam at ako ay dagling tumalima. Nanginginig ako sa takot. Pakiramdam ko ay naihi at na o-o ako sa salawal pero kinapa ko, hindi naman. Hindi ko masalat ang pundilyo ko dahil nakahihiya kay Mam. Pakiwari ko ay napalipat ang kargada ko sa tindi ng nerbiyos. Nausal ko sa sarili, lagut na lagot ako. Sisintensiyahan na ako sa aking kasalanan noong isang araw. Nakatungo akong humarap kay Mam. Halata ni Mam na alumpihit ako at litong kung paano.

Sino ba naman ang hindi mangangamba, baka isumbong ako sa Tatay ko eh panibagong sintensiya na naman ang mangyayari. Narinig ko ang malumanay na wika ni Mam na; "Hindi ako nagagalit sa isinulat mo, pinaaalalahanan lang kita na bata ka pa para sa bagay na isinulat mo. Darating ka diyan pagdating ng araw. Sa ngayon ay pagbutihin mo ang iyong pag-aaral." May idinugtong pa si Mam na siya kong ikinagalak. "Maganda ang kinabukasan mo sa pagsulat, pag-aralan mong mabuti iyan. Magbasa ka ng kahit anong babasahing kapupulutan ng mga bagay na angkop para madibelop ang pagsulat mo. Magiging manunulat ka pagdating ng araw." Magkahalong hiya at tuwa ang sagot ko kay Mam. "Salamat po ng marami Mam Ko!"

Noon ko nakilala si Mam nang lubusan. Hindi pala siya tulad ng inaakala kong teror. Maunawain at nakapagbibigay-sigla. Ah inspirasyon ko si Mam. Hindi muna si Mam Kristi, tsaka na lang siya. Dapat ito ang pamagat ko. Ah, Inspirasyon ko si Mam! Pero paano naman ang dinanas ko ng isang araw? Hindi biro ang magsakit-sakitan. Masarap magbuhay-Prinsipe pero mahirap din ang magsakit-sakitan. Talagang mahirap magkunwari. Lahat ng pangamba ay nasa iyo. Hula dito, hula dioon kung ano ba ang mangyayari. Tanong mo ay sagot mo rin. Balisa sa parusang igagawad ni Tatay at Nanay kapag nadiskubre ang lahat. Kahihiyan sa lahat ng kaklase lalung-lalo na kay eheeeem! At ang pinaka sa lahat, ang walang katapusang pag-aalala na baka ibagsak ako ni Mam sa sabdyek na tinuturuan niya. Ay, Patay akong bata ako!

Tapos ang pangalawang salpok!

(Araw ng lokohan. Unang araw ng Abril, 2012)

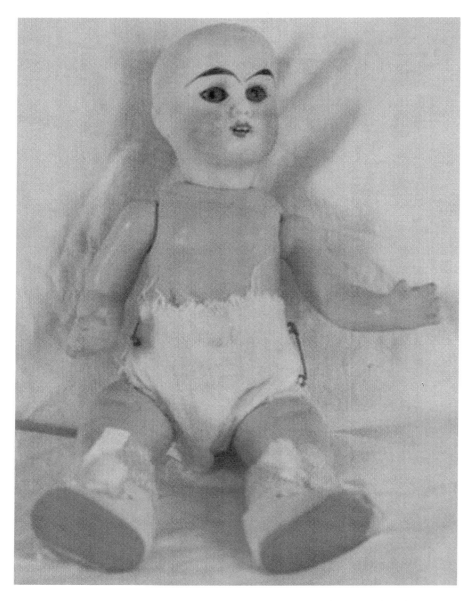

Percival Campoamor Cruz

Wala Akong Kasalanan.
Wala Lang Akong Nagawa.

Ni Harold Inacay

"Biel! Biel! Lintik ka talaga no?"

"Ano na naman ba 'yan Nestor? Ayoko nang makipag-away! Aga aga."

"Anong ayaw? E gaga ka pala e! Almusal na, wala ka pang luto!"

Mga eksena sa buhay ni Biel. Isang simpleng maybahay na nagtitiis sa kalive-in n'yang si Nestor. May tatlong taon na silang nagsasama sa isang apartment sa may Caloocan. Ako naman, ako 'yung lagi n'yang kinakausap, lalo kapag may problema s'ya. Nasa iisang bahay lang kami pero ni minsan di ako kinakausap o pinapansin ni Kuya Nestor, pero 'di ko s'ya masisisi.

Noong ika-7 ng Agosto noong 2005, nagkakilala sila sa may Monumento. Kinuwento sakin lahat ni Ate Biel. Trabahador kasi si Ate Biel sa isang Ukay-ukay don. Si Kuya Nestor naman, isa lang tambay sa Monumento, tagatanaw lang ng mga umiikot na sasakyan sa paligid ng Monumento. Pero nagbago ang timpla ng buhay ni Kuya noong nakita n'ya si Ate Biel noong araw na 'yon. Doon na nagsimula ang ligawan, paglabas-labas, at hanggang umabot na sa pakikipaglive-in.

Mga 2007 ako napunta sa bahay nila. Galing kasi akong probinsya, pero `di ko na ikukuwento ang mga pangyayari kung bakit ako napadpad don.

"Biel! Halika nga rito." ika ni Kuya Nestor habang nakaharap sa computer nila malapit sa kinatatayuan ko noon.

"Bakit Nestor?"

"Kuhanin mo nga 'yung wallet ko sa ibabaw ng cabinet natin. Kunin mo dun 'yung mga resibo."

"Oh sige, ano naman gagawin mo dun?" tanong ni Ate Biel.

"Kunin mo nalang, dami mo pang tanong!"

Pumasok si Biel sa kwarto at hinanap ang wallet ni Nestor. Wala sa ibabaw ng cabinet. Wala sa may TV. Wala rin sa bulsa ng pantalon n'ya. Hinanap nalang n'yaito sa damitan ni Nestor. Doon n'ya nakita ang nakatagong kwarenta'y singkong baril.

"Bakit kaya may baril si Nestor?" sa isip ni Biel.

"Asa bulsa ko pala wallet ko. Wag mo ng hanapin," sigaw ni Nestor mula sa may sala.Naging balisa si Biel dahil sa nakita. Alam n'yang delikado ang bagay na 'yon lalo pa't hindi ito lisensyado.

Makalipas ang ilang araw...

"Tao po!" tawag ng isang lalaki na nasa labas habang kumakatok.

"Sino po sila? Sandali lang maghugas lang ako ng kamay," sagot ni Biel mula sa lababo. Pagkatapos n'yang maghugas, pinuntahan n'ya ang tao sa labas pero wala na ito. Hindi ko naman s'ya nakita noon kasi asa may kwarto ako nun. Wala si Kuya, asa trabaho s'ya at stay-in sa may Guadalupe.

Maggagabi na noon, mga ala-singko y medya. Nakatulog noon si Ate Biel sa may sofa. May kumatok uling lalaki sa pintuan. Hindi pa nakatatayo si Ate, pumasok na ang lalaki na may suot na sumbrero at maong na jacket, sabay sakal kay Ate Biel. Sobrang natakot ako nun na talagang hindi ako makaalis sa pwesto ko.

Binuhay ng lalaki ang radyo at pinalakasan ito ng todo. Sobrang naawa ako kay Ate. Kinagat n'ya ang kamay ng lalaki at sabay pasok sa kwarto at inilock ito. Bago pumasok ng kwarto, hinarangan ako ni Ate ng kurtina para di ako makita ng lalaki.

Pilit pinapasok ng lalaki ang kwarto. Naalala ni Ate ang baril sa damitan ni Kuya at kinuha ito. Isang segundo lang ang bilis ng pagtutok ni Ate sa lalaki pagkatapos buksan ang pinto. `Di ko na talaga alam ang gagawin ko. Wala akong magawa!

Sabay sipa ng lalaki sa may bandang t'yan ni Ate at kinuha ang baril. "Hindi ako aalis hangga't di ako nakakaganti kay Nestor! Pinatay n'ya ang anak ko. Gago s'ya!"

Kinuha ng lalaki ang patalim sa may bewang n'ya at itinutok sa leeg ni Ate. `Di pa nakuntento ang lalaki at hinubaran si Ate Biel ng suot. Di ko na magawang tumingin noon. Ayoko nang nangyayari! Narinig ko nalang ang pagmamakaawa ni Ate.

"Parang awa mo na, wala aking kasalanan! Wala akong kinalaman! sigaw ni Ate.

"Sandali lang `to, wag ka ng pakipot." ika ng lalaki at inikot ng dila n'ya ang paligid ng kanyang labi.

"Tama naaaa! Parang awa mo na! pagmamakaawa ni Ate Biel.

"Bangg!"

Isang ingay ang nagpatahimik ng lahat. Sabay takbo ng lalaki palabas ng bahay. Nakita ko ang lahat. Nakita ko ang dugong tumutulo mula sa may ulo n'ya. `Di ko makakalimutan ang itsurang pumatay kay Ate Biel.

Gusto kong gumanti. Gusto kong sumigaw. Wala akong nagawa... kasi... isa lang akong hamak na manika!

Pasasalamat
Sa Mga Ginamit Na
Retrato At Pintura

Pintor Fernando Amorsolo at May-ari ng Pintura – Pahina 174;
Si Amorsolo ay National Artist ng Filipinas;
Ang mga pinta niya ay tila may sariling liwanag.

Nestor Leynes - "Mag-ina Sa Banig";
Si Nestor Leynes isinilang Febrero 26, 1922 sa Santa Cruz,
Maynila, ay ang pangunahing Filipino hyperrealistic painter.

Rino Hernandez – Artista sa watercolor

Jay Leno, Channel 7 L.A., Love Ride – Retrato ng mga
motorsiklista

Nasa – Retrato ni Neil Armstrong at ng Buwan

http://www.etravelpilipinas.com – Retrato ni Francisco Balagtas

arabianbusiness.com – Collage sa Pahina 3

travelvivi.com - Retrato ng Maracana sa Brazil

http://www.guardian.co.uk/world/2011 - Retrato ng mga tao

sa prayer rally

Bulaklak, Balaghari - Magazine Clippings

Google Images

www.dreamstime.com

Percival Campoamor Cruz

Ang Gumawa ng Libro:

Kaibigan Books
Publisher

Kaibigan Books, Los Angeles, California, U.S.A.
Percival Campoamor Cruz
percivalcruz@yahoo.com

Other Published Books –
"The Maiden of Ilog-Pasig And Other Stories"
Percival Campoamor Cruz
"May Bagwis ang Pag-ibig At Iba Pang Kuwento"
Percival Campoamor Cruz
Jobo Elizes (Publisher)

"Sariling Parnassus"
Alberto Segismundo Cruz
"The Human in Man"
Dr. Feodor F. Cruz, Ph.D

"Taxation in the Philippines"
Tomas P. Matic, Jr., Llb.
"Drama Queen And Other Stories"
Percival Campoamor Cruz
"No Time To Hate"
Milton Goodwin

"Ang Tato ni Apo Pule
At Iba Pang Kuwento"
Percival Campoamor Cruz

Tagalog short stories by Cruz translated in English by Briones and Cruz. An immigrant's recollection of his youth and a mosaic of Filipino adventures and misadventures.

He won the top prize in the One-Act Playwriting Contest, 1963 Andres Bonifacio Centennial, sponsored by the City of Manila for "Kalupitan ng Nakararami" ("Tyranny of the Majority"), the prelude to Andres Bonifacio's assassination. He was vice president of an advertising agency, Delta Motor Corp. (Toyota) - Reach, Inc. He later set up his own ad agency, Ibex International, Inc. Producer, chief writer of about 200 telenovelas aired over Channels 2, 4, 7, 13 in the Philippines, under the following TV show titles - "Sa Paghawi ng Tabing" ("Curtain Call") hosted by Jaime de la Rosa; "Quiapo" hosted by Eddie Rodriguez; "Hiyas" ("Gems") hosted by Rio Locsin. Author of "May Bagwis ang Pag-ibig at iba pang Kuwento", "The Maiden of Ilog-Pasig and Other Stories", and "Ang Tato ni Apo Pule", collections of short stories published by Createspace and distributed by Amazon.

A KAIBIGAN BOOK

Barcode Area
We will add the barcode for you.
Made with Cover Creator

Drama Queen
P. CAMPOAMOR CRUZ

ON AIR

Wilfredo Briones
Lilian Matic-Cruz

Percival Campoamor Cruz

Made in the USA
Charleston, SC
30 November 2015